व्यक्ती
आणि
सामाजिकता

प्रा. डॉ. सुनील मायी

डायमंड पब्लिकेशन्स

व्यक्ती आणि सामाजिकता
प्रा. डॉ. सुनील मायी

Vyaktee ani Samajikta
Prof. Dr. Sunil Mayee

प्रथम आवृत्ती : २०१२

ISBN 978-81-8483-474-1

© डायमंड पब्लिकेशन्स, पुणे

अक्षरजुळणी
स्पिरिट इन्फोटेक, पुणे

मुखपृष्ठ
शाम भालेकर

प्रकाशक
डायमंड पब्लिकेशन्स
१२५५ सदाशिव पेठ
लेले संकुल, पहिला मजला
निंबाळकर तालमीसमोर, पुणे ४११ ०३०.
☎ ०२० – २४४५२३८७, २४४६६६४२
diamondpublications@vsnl.net
www.diamondbookspune.com

प्रमुख वितरक
डायमंड बुक डेपो
६६१ नारायण पेठ, अप्पा बळवंत चौक
पुणे ४११ ०३०. ☎ ०२० – २४४८०६७७

समाजशास्त्र विषय आवडणाऱ्या माझ्या सर्व विद्यार्थ्यांना !

लेखकाचे दोन शब्द

माझे 'व्यक्ती आणि सामाजिकता' (समाजशास्त्रीय संकल्पनांची सोपी चर्चा) हे पुस्तक समाजशास्त्राच्या विद्यार्थ्यांना, अभ्यासकांना सुपूर्त करताना मला विलक्षण आनंद होत आहे.

या पुस्तकामागील थोडी पूर्वपीठिका सांगतो. 'समाजशास्त्र' या विषयाची लोकप्रियता दिवसेंदिवस वाढत आहे. पदवी, पदव्युत्तर, डॉक्टरेटसाठी तर विद्यार्थी ह्या विषयाचा अभ्यास करतातच. पण एम.पी.एस.सी, यु.पी.एस.सी.सारख्या परीक्षांमध्येही बहुसंख्य विद्यार्थी समाजशास्त्राची निवड करताना दिसून येतात. समाजशास्त्राचा प्राध्यापक म्हणून याचा मला विलक्षण आनंद आहे. आमच्या महाविद्यालयातल्या अनेक विद्यार्थिनींनी समाजशास्त्र विषय घेऊन वेगवेगळ्या स्पर्धा परीक्षांमध्ये गेल्या तीन वर्षांत यश संपादन केलेलं आहे.

गेल्या २६ वर्षांपासून हा विषय शिकवताना मला हे जाणवलं की, समाजशास्त्रातल्या काही संकल्पना आणि काही विचार हे सोप्यातल्या सोप्या भाषेत विद्यार्थ्यांसमोर आले पाहिजेत. ज्यांचा पदवीस्तरापर्यंत या विषयाशी कोणताही संबंध आला नाही आणि त्यानंतर त्यांनी एकदम या विषयाचा अभ्यास करावयास सुरुवात केली आहे, त्यांनाही या सगळ्या संकल्पना ताबडतोब कळाव्यात, हादेखील उद्देश हे छोटेखानी पुस्तक लिहितानाचा आहे. या पुस्तकामधून समाजशास्त्रीय संकल्पनांचा सोप्या भाषेत परिचय करून देण्याचा मी प्रयत्न केला आहे.

आंतरक्रिया, सामाजिक परिवर्तन, सांस्कृतिक पश्चायन, दर्जा व भूमिका या संकल्पनांबद्दल विद्यार्थी पुन्हापुन्हा माहिती विचारतात. त्यांचीही उत्सुकता पूर्ण होईल, अशी अपेक्षा ठेवूनही मी या छोट्या पुस्तकाचे लिखाण केले आहे.

या पुस्तकातल्या संकल्पना एवढ्या व्यापक आहेत की, यापैकी प्रत्येक संकल्पनेवरचं एक-एक पुस्तक तयार होऊ शकेल. पण अतिशय मोजक्या शब्दांत त्या संकल्पनांचे सार मांडण्याचा मी प्रयत्न केलेला आहे. आता हा प्रयत्न किती

यशस्वी झाला, हे विद्यार्थ्यांच्या अन् अभ्यासकांच्या प्रतिक्रिया मिळाल्या, तरच कळेल. त्यासाठी मी उत्सुक आहे.

समाजशास्त्र विषयाची व्याप्ती प्रचंड आहे. मी गेल्या ३० वर्षांपासून या विषयाचा अभ्यास करतो आहे अन् गेल्या २६ वर्षांपासून तर प्राध्यापकच आहे. पण हा विषय पूर्ण समजला आहे, असा दावा मीदेखील करू शकत नाही.

डायमंड प्रकाशनाचे श्री. दत्तात्रेय पाष्टे यांच्या मनात समाजशास्त्राबद्दल विलक्षण आपुलकीची भावना आहे. वेळोवेळी झालेल्या ती भेटींत त्यांनी बोलून दाखवली आहे. माझी समाजशास्त्राची ओळख, भारतीय समाज-प्रश्न आणि समस्या, सामाजिक संशोधनाची पद्धती आणि महाराष्ट्रातील गरिबी अन् अलीकडे गुन्हा आणि समाज ही पाच पुस्तके 'डायमंडतर्फे' प्रकाशित झाली आहेत, याचा मला अभिमान आहे. हे सहावे पुस्तक 'व्यक्ती आणि सामाजिकता' मी त्यांच्याचकडे सोपवतो आहे.

विद्यार्थी व जाणकार स्वागत करतील, ही अपेक्षा!

प्रा. डॉ. सुनील मायी

जळगाव

लेखक परिचय

प्रा. डॉ. सुनील मायी

जळगाव येथील डॉ. अण्णासाहेब जी. डी. बेंडाळे महिला विद्यालयात गेल्या २३ वर्षांपासून समाजशास्त्राचे प्रपाठक व विभागप्रमुख म्हणून विद्यमान लेखक कार्यरत आहेत. तसेच उत्तर महाराष्ट्र विद्यापीठात (जळगाव) समाजशास्त्र व समाजकार्य या विषयाचे अध्यक्ष म्हणून २००१-२००३ या काळात त्यांनी कार्यभार सांभाळला. उत्तर महाराष्ट्र विद्यापीठातर्फे एम.फिल. व पीएच.डी.चे मार्गदर्शक म्हणूनही आपल्याला मान्यता प्राप्त झालेली आहे.

यापूर्वी आपली ११ पुस्तके प्रकाशित झालेली असून आपल्याला नुकतेच AIR INDIAतर्फे शैक्षणिक योगदानाबद्दल 'BOLT' पुरस्काराने सन्मानित केले गेले आहे.

अनुक्रम

१

आंतरक्रिया

मानवी समाजाच्या रानटी अवस्थेनंतरच्या काळात समाजाची निर्मिती झाली. त्यापूर्वीचा मानवी समाज हा केवळ स्वतःच्याच मूलभूत गरजा पूर्ण करीत जिवंत राहणारा होता. सुरुवातीला जन्माला आल्यानंतर केवळ जगणे हीच मानवाची मूलभूत प्रेरणा होती. मानवाच्या सगळ्या क्रिया वैयक्तिक पातळीवरच्या होत्या. परिणामी मनुष्यप्राणी आणि इतर प्राणी यांत फारसा फरक नव्हता. प्रामुख्याने शिकार करणे अन् वाट्टेल ते खाऊन स्वतःचे देहरक्षण करणे हीच मानवासमोरची उद्दिष्टे होती. बुद्धिमत्तेचा कोणताही विकास न झाल्यामुळे सामाजिक भावना निर्माण झालेली नव्हती. जेव्हा मानवाची पशूपालन अवस्था सुरू झाली, तेव्हा त्याला स्वतःबद्दलच काही नवीन गोष्टी समजल्या. याच कालखंडात त्याच्या बुद्धिमत्तेचा विकासही टप्प्या-टप्प्याने होत चाललेला होता. आपल्या सगळ्यांच्या गरजा समान असून त्या पूर्ण करण्याची साधनेही समान आहेत. त्यामुळे स्वतंत्रपणे संघर्ष करून त्या पूर्ण करण्यापेक्षा त्यासाठी सामुदायिक प्रयत्न केले, तर त्या पूर्ण होण्याला मदत होईल, हे जेव्हा मानवाच्या लक्षात आले, तेव्हापासून खऱ्या अर्थाने मानवी समाजाचा जन्म झाला. समाज करून राहिल्याने एक प्रकारची संरक्षणात्मक जाणीव निर्माण होते व मग त्यातून बाकीच्या गरजा सहजगत्या पूर्ण करता येतात, यावर तत्कालीन मानवाचा विश्वास बसला. एकवाक्यता हा भाग समाजाच्या बाबतीत फार महत्त्वाचा ठरतो.

सर्वांनी सारख्या पद्धतीने वागणे, गरजांची पूर्तता सारख्याच पद्धतीने करणे, त्यासाठी समान साधनांचा वापर करणे यांतून सुरुवातीला मानवा-मानवांमध्ये एकात्मतेची भावना निर्माण झाली व ही भावनाच सर्व मानवी गटांना एकत्रित राखण्यास कारणीभूत ठरलेली दिसून येते. विविध प्रकारचे मानवी समूह त्यानंतर निर्माण झाले. सुरुवातीला मानवाला निसर्गाबरोबर, निसर्गातील पशूपक्ष्यांबरोबरही संघर्ष करावे लागले. या सगळ्या संघर्षांत यशस्वी झाल्यानंतर मानव स्थिर झाला अन् त्यानंतर त्याने स्वतःची एक जगण्याची व्यवस्था निर्माण केली. या व्यवस्थेत कालमानानुसार त्याने बदल केला. हा सगळा बदल त्याने गरजांच्या अनुषंगाने केलेला दिसून येतो.

काळानुसार मानवी गरजांमध्ये वाढ झालेली दिसून येते. बुद्धिमत्तेचा विकास आणि निर्माण होणाऱ्या गरजा यांचा फार नजीकचा संबंध आहे, हे मानवाच्या लक्षात आले. मानवाचा विकास म्हणजे खऱ्या अर्थाने मानवा-मानवामधील संबंधांचा विकास होय. सुरुवातीला एका विशिष्ट वस्तूला विशिष्ट शब्द वापरला जाऊ लागला, विशिष्ट क्रियेसाठी विशिष्ट आघात असलेला आवाज केला जाऊ लागला. हा अर्थ सर्व समुदायाला मान्य झाला अन् त्यांतून प्रत्येक मानवी कृतीला दृश्य स्वरूपात आणता येणे शक्य झाले. याच दरम्यान मानवाला स्वतःच्या विचारप्रक्रियेची जाणीव झाली. एखाद्या गोष्टीचा आपण विचार करू शकतो अन् त्यातून एखादा मार्ग काढू शकतो, हे एकदा लक्षात आल्यानंतर मानवप्राणी आणि निसर्गातील इतर प्राणी यांच्यात आपोआपच फरक निर्माण झाला. प्रत्येक घटनेचा मानव विचार करू लागला अन् त्याआधारे गरजा आणि कृती यांचा समन्वय साधावयास मानवाने सुरुवात केली. एखादी गरज निर्माण झाल्यानंतर ती पूर्ण करण्यासाठी नेमकी कोणती कृती करावी, याविषयीचे काही आराखडे किंवा साचे मानवाने निर्माण केले. त्यांतून 'साचेबद्ध वर्तन' ही संकल्पना निर्माण झाली. एखादी अमूर्त गरज निर्माण झाल्यानंतर ती मूर्त स्वरूपात आणण्यासाठी ठरावीक कृती किंवा शब्द किंवा अंगविक्षेप या गोष्टींना मानवी समाजात मान्यता मिळाली आणि खऱ्या अर्थाने मानव समाज करून राहू लागला. ज्या गरजा आपल्या आहेत, त्याच गरजा सगळ्यांच्या आहेत आणि सगळ्यांच्या त्याबाबतीतल्या कृती सारख्याच असतात, ही भावना मानवी समाजात समानता आणणारी ठरली.

कळप करून सगळेच प्राणी राहतात. पण समाज करून केवळ मानवप्राणीच राहू शकतो, हे एकदा निश्चित झाल्यानंतर मानवाने केवळ गरजपूर्ती हेच जीवन जगण्याचे उद्दिष्ट मानले नाही, तर जीवन जगण्याच्या प्रक्रियेत विविधता कशी आणता येईल, याचाही प्रयत्न केला. ही विविधता केवळ जीवन जगण्याच्या साधनांपुरतीच

मर्यादित नव्हती, तर सामाजिक संबंधांमध्येदेखील विविधता निर्माण केली गेली.

ज्या वेळी दोन व्यक्तींना परस्परांच्या अस्तित्वाची जाणीव होऊन त्या एकमेकांना प्रतिसाद देऊ लागतात, त्या वेळी सामाजिक संबंधांचा जन्म होतो. समाजात जीवन जगत असताना व्यक्तीला आपल्या निरनिराळ्या गरजांच्या आधारासाठी इतरांशी संबंध ठेवावे लागतात. एकत्रित जीवन जगत असताना एका व्यक्तीचे अनेक व्यक्तींशी आलेले संबंध यांना उद्देशूनही 'सामाजिक संबंध' हीच संकल्पना वापरता येईल. एका ठरावीक कार्यासाठी ठरावीकच संबंध सगळ्यांनी ठेवले, तर समानता आणि समाज या दोन्हीही गोष्टी अस्तित्वात येतात. सामाजिक संबंध ठेवण्याची एक चौकट त्यांतून निर्माण होते. त्या चौकटीच्या बाहेर हे संबंध जाणार नाहीत, याची काळजीही व्यक्तीला घ्यावी लागते. सामाजिक संबंधांतूनच नंतर सामाजिक नियमावलीचा जन्म होतो. आपण नेहमी 'वागणे', 'बोलणे' हे शब्द वापरतो. वागणे आणि बोलणे याविषयीचे नियम हे सामाजिक नियमावलीच्या माध्यमातून निर्माण होतात आणि समाजात राहणाऱ्या लोकांना ते आत्मसात करावे लागतात. कोणत्या गरजेसाठी कोणत्या कृती, कोणते वाक्य, कोणता शब्द, कोणते हावभाव या सगळ्या गोष्टी व्यक्तीला समजून घ्याव्या लागतात. मानव आपल्या ग्रहणशक्तीच्या जोरावर हे सगळे आत्मसात करताना दिसतो. बुद्धिमत्तेच्या बळावर मानवाने वेगवेगळ्या गरजा निर्माण केल्या आणि त्या पूर्ण करण्यासाठी साधनांचीही निर्मिती केली. समाज ही तशी अमूर्त संकल्पना आहे. लोकांच्या वागण्यातून ती मूर्त स्वरूपात प्रकट होते. व्यक्ती-व्यक्तींमधील सामाजिक संबंधांच्या व्यवस्थेलाच उद्देशून 'समाज' असे म्हणतात. या व्यवस्थेमुळेच समाजाला निश्चित रचना प्राप्त होते, त्यांतील विविध भागांची कार्ये ठरतात अन् परस्परांशी असणारे संबंध विशिष्ट रूप धारण करतात. सामाजिक संबंधांतूनच समाजातील सगळ्या व्यक्ती परस्परांशी जोडल्या जातात.

व्यक्ती-व्यक्तींमधील सामाजिक संबंध निर्माण करण्यात आणि ते वाढविण्यात 'आंतरक्रिया' (Interaction) मोलाची भूमिका बजावतात. ढोबळमानाने एका व्यक्तीचा दुसऱ्या व्यक्तीवर किंवा एका गटाचा दुसऱ्या गटावर जो प्रभाव पडतो आणि त्यांतून ज्या क्रिया जन्माला येतात, त्यांना आंतरक्रिया म्हणावे लागेल.

व्यक्तीला आपले सगळे जीवन समाजातच जगावे लागते. त्यामुळे त्याला सक्रिय राहण्यावाचून दुसरा पर्याय नाही. त्याला निष्क्रिय राहून चालत नाही. निष्क्रियता हा शब्द या ठिकाणी वेगळ्या अर्थाने वापरलेला आहे. एखादी व्यक्ती तिला नेमून दिलेले काम करीत नसेल किंवा तिच्याकडून अपेक्षित असलेले काम करण्यात

कंटाळा करीत असेल, तर त्याला सामान्यपणे निष्क्रिय समजले जाते. पण जीवन जगण्याच्या प्रक्रियेत कोणीही निष्क्रिय नसतो. कारण तसे राहून सामान्य जीवन जगता येणेच शक्य नाही. व्यक्तीवर्तन, नातेसंबंधवर्तन या बाबतींत प्रत्येक व्यक्ती सक्रियच असते. पण फक्त कार्यक्षमतेच्या बाबतीत व्यक्ती–व्यक्तींमध्ये फरक असू शकतो.

समाजशास्त्रामध्ये अनेक विचारवंतांनी सामाजिक आंतरक्रियेची शास्त्रशुद्ध व्याख्या केलेली आहे. त्यापैकी खालील काही व्याख्यांच्या आधारे ही संकल्पना अधिक स्पष्ट होईल.

ग्रीन या विचारवंताच्या मताप्रमाणे, 'आपल्या उद्देशपूर्तीसाठी करावयाच्या प्रयत्नांत व्यक्ती किंवा गट यांचा एकमेकांवर जो प्रभाव पडतो, त्याला सामाजिक आंतरक्रिया असे म्हणता येईल.'

गिलीन या समाजशास्त्रज्ञाच्या मते, 'सर्व प्रकारच्या सामाजिक आंतरक्रियांचा सामाजिक जीवनाशी संबंध येतो. सामाजिक आंतरक्रिया हा सामाजिक प्रक्रियेचाच एक भाग आहे.'

डॉसन आणि गेटीस या विचारवंतांच्या मतानुसार, 'सामाजिक आंतरक्रिया ही अशी प्रक्रिया आहे की, जिच्यामुळे मानव परस्परांच्या मनात प्रवेश करतो व एकमेकांवर परिणाम करतो.'

जिस्ट या विचारवंताच्या मताप्रमाणे, 'सामाजिक आंतरक्रिया ही सामर्थ्यशाली व प्रभावी क्रिया आहे. परस्पर उत्तेजनाने किंवा प्रक्रियेमुळे एका व्यक्तीचा दुसऱ्या व्यक्तीवर आंतरक्रियांच्या माध्यमातून प्रभाव पडतो.'

थोडक्यात वरील विचारवंतांच्या मतानुसार व्यक्तीला सामाजिक संपर्क जर प्रस्थापित करावयाचा असेल, तर आंतरक्रियांशिवाय दुसरा इलाज नाही. व्यक्तीला स्वरयंत्र आहे म्हणजे तिच्यात बोलण्याची शक्ती आहे. ही बाब जीवशास्त्रीय आहे. पण तिला एखादी ठरावीक भाषा बोलता येणे, ही गोष्ट मात्र सामाजिक आहे आणि ज्यांची भाषा समान आहे, त्यांच्यात तात्काळ सामाजिक आंतरक्रिया निर्माण होऊ शकते. सामाजिक संपर्क हा व्यक्ती आणि समूह यांच्या परस्पर प्रतिक्रियेनेच सुरू होतो. सामाजिक संपर्कातून सामाजिक आंतरक्रियांचा जन्म होतो. सामाजिक आंतरक्रियेमुळे एका व्यक्तीला दुसऱ्या व्यक्तीच्या भावना आणि विचारांशी सहमत होता येते. त्याचबरोबर संवेदमक्षमता हा सामाजिक आंतरक्रियेचा महत्त्वाचा भाग आहे. संवेदनक्षमता म्हणजे इंद्रियांद्वारे शारीरिक व मानसिक संबंध जाणून घेण्याची

क्षमता होय. या संवेदनक्षमतेमुळे व्यक्ती सामाजिक आंतरक्रिया व्यवस्थित करू शकतात अन् त्या कराव्यात, अशी प्रेरणा व्यक्तीच्या मनात उत्पन्न होते. वेगवेगळी चिन्हे, प्रतीके, हालचाली, हावभाव, प्रत्यक्ष बोलणे अशा विविध प्रकारांनी सामाजिक आंतरक्रिया करता येऊ शकतात.

सुप्रसिद्ध समाजशास्त्रज्ञ मॅक्सवेबरच्या मते, सगळ्याच क्रिया या सामाजिक आंतरक्रिया नसतात, तर केवळ ज्या क्रिया परस्परांवर प्रभाव पाडतात, त्यांनाच आंतरक्रिया असे म्हणता येईल.

सामाजिक आंतरक्रिया ह्या समाजजीवनाचा पाया आहे, असेच म्हणावे लागेल. वेगवेगळ्या प्रकारच्या आंतरक्रिया वेगवेगळ्या गरजांसाठी व्यक्तीकडून घडून येतात. याचाच अर्थ असा की, पूर्णपणे सामाजिक बनल्याशिवाय किंवा समाजरचना स्वीकाल्याशिवाय व्यक्तीला आंतरक्रिया करताच येत नाहीत. सामाजिकीकरणाच्या प्रक्रियेद्वारे व्यक्तीला फार लहान वयापासूनच आंतरक्रिया कशा कराव्यात, याचे शिक्षण दिले जाते. 'आंतरक्रियांचे आत्मसातीकरण' करण्यावर भर दिला जातो. एकदा आंतरक्रिया स्वीकारल्या की, मग व्यक्तीला सामुदायिक जीवन जगण्यात काही अडचण येत नाही.

प्रत्येक समाजाची स्वतंत्र संस्कृती असते. समाज नेमका कसा आहे? याचा आरसाच संस्कृतीच्या रूपाने समोर येत असतो. संस्कृतीच्या व्याख्येविषयी विचारवंतांमध्ये विविध प्रकारचे भेद असले, तरी ढोबळमानाने असे म्हणता येईल की, मानवी समाजात असणाऱ्या सगळ्या दृश्य आणि अदृश्य गोष्टी म्हणजे संस्कृती. व्यक्तीचे वागणे समाजमान्य आहे की असामाजिक आहे, हे तिच्या संस्कृती स्वीकारण्यावरून ठरते. चांगले–वाईट, पवित्र–अपवित्र, आदर्श–अनादर्श या संकल्पना संस्कृतीवरूनच निश्चित होतात.

व्यक्तीचा जन्म कुटुंबात होतो अन् साधारणतः वयाच्या सहाव्या महिन्यापासूनच बालके सामाजिक प्रतिसाद देऊ लागतात. परिणामी सामाजिक आंतरक्रिया करण्याची सवय व्यक्तीला आयुष्यात फार लवकर लागते व त्यांतून व्यक्ती सामुदायिक जीवनाला प्रतिसाद देते. सगळ्या व्यक्तिगत बाबी सामाजिक घडामोडींशी जोडण्याचा व्यक्तीचा प्रयत्न असतो.

सामाजिक आंतरक्रिया ह्या सामाजिक मानदंडाशी निगडित असतात. व्यक्ती समाजात वावरताना फारच सावध वावरतात. एका दृष्टीने सगळ्या सामाजिक घटनांचा

व व्यक्तींचा प्रभाव हा परस्परांवर पडलेला असतो, म्हणूनच व्यक्तीच्या सर्व क्रिया या तिच्या मनाप्रमाणे नाही, तर समाजाच्या मानदंडांशी सुसंगत अशा होतात.

आंतरक्रिया करण्याची व्यक्तीची प्रक्रिया तिच्या आयुष्यभर चालणारी असते. प्रत्येक व्यक्ती स्वतःच्या गरजांच्या अनुषंगाने विशिष्ट व्यक्तींशी आंतरक्रिया करीत असल्याने ती समाजाशी जोडलेली राहते. व्यक्तीला तिच्या ठरावीक परिघाबाहेर करमत नाही, याचे मुख्य कारण हे आहे की, नित्य परिचित लोकांशी आंतरक्रिया करण्याची सवय लागल्यामुळे इतर ठिकाणी सहजगत्या कोणतीही आंतरक्रिया करता येणे सहजशक्य नसते. परिचित लोकांशी आंतरक्रिया करण्याची सवय असल्यामुळे समोरून येणाऱ्या व्यक्तींच्या वर्तनासंबंधी बराचसा अंदाज बांधता येतो. त्यामुळे बोलणे आणि हावभाव या क्रिया सहजशक्य होतात.

आंतरक्रिया तसेच दर्जा आणि भूमिका या संकल्पनांचा परस्परसंबंध फार नजीकचा आहे. समाजशास्त्रातील या दोन्ही संकल्पनांचा प्रत्यक्ष वापर सगळ्याच व्यक्तींना करावा लागतो. या दोन्ही संकल्पना एकाच नाण्याच्या दोन बाजू आहेत, असे म्हणावे लागेल. समाजात जगत असताना प्रत्येक व्यक्तीला काही दर्जा मिळतो अन् त्या दर्जाशी संबंधित भूमिका त्या व्यक्तीला पार पाडाव्या लागतात अन् सरावाने कळत-नकळत व्यक्ती दर्जाशी निगडित भूमिका पार पाडते, म्हणूनच समाजाची सगळी कार्ये सुरळीतपणे चाललेली दिसून येतात. दर्जानुसार जर भूमिका पार पाडल्या गेल्या नाहीत, तर मग कोणत्याही गोष्टीला काही अर्थ राहणार नाही. व्यक्ती अनेक प्रकारच्या आंतरक्रिया आयुष्यभर करतात. ह्या आंतरक्रिया व्यक्ती त्या समाजव्यवस्थेतील विशिष्ट स्थान भुषविणारे घटक म्हणून करतात म्हणजेच या आंतरक्रिया व्यक्तीव्यक्तींच्या स्थानांमधील असतात. समाजामध्ये व्यक्तीच्या विविध प्रकारच्या गरजा भागविल्या जाणे आवश्यक असते. कारण गरजा पूर्ण होतात, म्हणूनच व्यक्ती समाजामध्ये टिकून राहतात. या गरजा पूर्ण करण्यासाठी व्यक्ती अनेक गट निर्माण करतात. कोणत्याही गटात सर्वच व्यक्ती सर्वच प्रकारची कार्ये करू शकत नाहीत. त्यामुळे व्यक्तीच्या कार्याचे विभाजनही तिच्या बुद्धिमत्तेप्रमाणे केलेले असते व त्यानुसार त्या व्यक्तीने वागावे, अशी अपेक्षाही केलेली असते.

प्रत्येक व्यक्तीने ठरावीक प्रसंगी तिला जो दर्जा प्राप्त झालेला आहे, त्यानुसार आपली भूमिका ठेवावी अन् त्या भूमिकेशी सुसंगत आंतरक्रिया करावी, अशी अपेक्षा असते. कोणत्या प्रसंगी नेमकी कोणती आंतरक्रिया करावी, याविषयीची मूल्ये समाजात निर्माण झालेली असतात व ही मूल्ये सगळ्याच व्यक्तींवर बंधनकारक

असतात. व्यक्ती आपल्या ग्रहणक्षमतेनुसार ही मूल्ये आत्मसात करतात व त्यानुसारच आपल्या आंतरक्रिया कशा घडतील, याची काळजी घेतात, म्हणूनच व्यक्ती सगळ्यात जास्त समाजाला घाबरतात, असे म्हटले जाते. 'दर्जा' ही बाब व्यक्तीगणीक अन् प्रसंगानुरूप बदलणारी आहे. ज्याप्रमाणे एखाद्या अभिनेत्याला आपल्या कारकिर्दीत विविध भूमिका वठवाव्या लागतात, त्याचप्रमाणे व्यक्तीचे दर्जे प्रसंगानुसार बदलतात व समोर जर वेगवेगळ्या व्यक्ती असतील, तर त्या दर्जानुसार करावयाच्या आंतरक्रियाही वेगवेगळ्या असतात. भूमिका पार पाडणे म्हणजेच आंतरक्रियात्मक संबंधाचा समूह लक्षात ठेवून त्यानुसार व्यवहार करणे होय.

उदा. एखादी व्यक्ती कॉलेजमध्ये प्राध्यापक असेल, तर तिला शिकविण्याची व विद्यार्थ्यांच्या शैक्षणिक अडचणी दूर करण्याची भूमिका पार पाडावी लागेल. हीच व्यक्ती विद्यार्थ्यांसमोर प्राध्यापक असेल, प्राचार्यांसमोर प्राध्यापक असेल, घरी पत्नीसमोर तिचा पती असेल, मुला-मुलींसमोर बाप असेल, तर पुतण्यासमोर काका असेल म्हणजेच एका व्यक्तीला दिवसभरात विविध प्रकारचे दर्जे मिळतात व त्या दर्जाला अनुसरून जो आंतरक्रियांचा संच आहे, तो व्यक्तीला स्वीकारावा लागतो.

व्यक्ती सामान्य जीवन जगते, याचा अर्थ असा आहे की, ज्या वेळेस ज्या आंतरक्रिया करण्याची गरज आहे, त्या वेळी त्या आंतरक्रिया व्यक्तीच्या माध्यमातून केल्या जातात. 'सामान्य वर्तन' (Normal behaviour) हा शब्द याचसाठी वापरला जातो.

जेव्हा व्यक्ती 'अपसामान्य' (Abnormal) असते, तेव्हा ती व्यवस्थितपणे आंतरक्रिया पार पाडू शकत नाही. समोरच्या व्यक्तीनुसार, स्थळानुसार, काळानुसार, नातेसंबंधांनुसार विविध प्रकारच्या आंतरक्रिया व्यक्ती लक्षात ठेवतात व त्यांचे तंतोतंत पालन करतात. याअर्थी विचार केला, तर सगळ्या व्यक्ती सक्रिय झालेल्या दिसून येतात. एखादी व्यक्ती तिच्या जीवनात यशस्वी झाली, याचा निकष कोणता? तर ती व्यवस्थितपणे आंतरक्रिया पार पाडू शकते की नाही, हाच होय. सामाजिक आंतरक्रियेमध्ये संदेशव्यवहारांचे महत्त्व खूप आहे. त्यामुळे व्यक्तीला दुसऱ्यांच्या विचारांशी व भावनांशी सहमत होता येते. सामाजिक आंतरक्रिया ही सतत संदेशव्यवहारांवर आधारित आहे. त्यामुळे व्यक्तीचे व्यक्तिमत्त्व विकसित होते. व्यक्तीच्या दृष्टीने सामाजिक संपर्काचे महत्त्व जास्त आहे. कोणतीही व्यक्ती कधीही संपर्कविरहित अशी असू शकत नाही. एवढे मोठे जीवन जगण्यासाठी व्यक्तीला सामाजिक संपर्क आवश्यक असतात. व्यक्तीच्या बाबतीत जर सगळ्यात मोठी

शिक्षा कोणती असेल, तर ती म्हणजे एकांतवासाची. आंतरक्रियेशिवाय आणि संपर्काशिवायही व्यक्तीला जीवन जगणे कठीण होईल आणि समाजात टिकून राहणेही शक्य नाही.

प्रत्येक व्यक्तीला आपला समाज, आपला गट प्रिय असतो. हा गट सोडून दुसरीकडे जाण्याची कल्पनाही व्यक्तीला बरेचदा सहन होत नाही. काही कारणास्तव व्यक्तीला आपला गट, आपले गाव किंवा आपला समाज सोडून जाण्याची वेळ जरी आली, तरी पुन्हा कधी आपण परत आपल्या गटात जातो, याच्यासाठी व्यक्तीची तगमग सुरू होते. याचे नेमके कारण असे सांगता येईल की, एखाद्या गरजेच्या अनुषंगाने व्यक्ती-व्यक्तींत होणाऱ्या, विशेषतः एकाच समाजातील व्यक्ती-व्यक्तींत होणाऱ्या आंतरक्रिया जरी ढोबळ मानाने समान असल्या, तरी प्रत्येक समाजागणिक आणि गटागणिक त्यात सूक्ष्म असा फरक दिसून येतो व हा जो सूक्ष्म फरक आहे, तोच व्यक्तींचे संघटन कायम टिकवून ठेवण्याचा प्रयत्न करीत असतो, म्हणूनच बोलण्याची पद्धत, हावभाव करण्याची पद्धत, गरजा पूर्ण करण्याची पद्धत यांत समानता असली की, व्यक्तीला तो समाज आपला वाटतो, म्हणूनच आंतरक्रिया ही संकल्पना समाजाला खऱ्या अर्थाने जिवंत ठेवण्याचे काम करते.

२

आत्महत्या

अलीकडच्या काळात आत्महत्येचे प्रमाण वाढत चालले आहे. साधारणतः पन्नास वर्षांपूर्वी आत्महत्येची काही सबळ कारणे होती. पण अलीकडे अतिशय किरकोळ कारणांमुळेही लोक आपले जीवन संपवू इच्छितात, असे दृश्य सर्वत्र दिसून येते. ज्यांची साठी ओलांडलेली आहे, त्यांच्या मते, लोकांची सहनशीलता कमी झालेली आहे. लोकांच्या मनात सगळ्याच गोष्टी आपल्या मनासारख्या घडाव्यात व मनाविरुद्ध काहीही घडू नये, असे वाटण्याची वृत्ती निर्माण झालेली आहे. मानवाच्या भौतिक गरजा कमी, तर अभौतिक गरजा जास्त असतात. अभौतिक गरजांना अंत नसतो. जेव्हा एखादे गृहीत धरलेले उद्दिष्ट पूर्ण होत नाही, तेव्हा मनात असंतोष निर्माण होतो अन् हे जीवन जगण्याच्या लायकीचे राहिलेले नाही, अशी व्यक्तीची भावना होऊन ती आपले जीवन संपवू शकते. अवतीभवतीची सामाजिक परिस्थिती बदलली की, तिच्याशी जुळवून घेणे व्यक्तीला शक्य होत नाही.

दररोजच घडत असलेल्या आत्महत्यांची वर्णने आपण वाचतो. लोकांना अशा घटना वाचण्याची सवय झालेली आहे. या सगळ्या आत्महत्यांची ढोबळमानाने काही कारणेही सगळ्यांना सांगता येतील. कर्जबाजारीपणामुळे आत्महत्या, मुला-मुलींच्या संदर्भात जबाबदाऱ्या पार पाडता न आल्यामुळे होणाऱ्या आत्महत्या, आजारपणाचा कंटाळा आल्यामुळे स्वतःचा जीव स्वतःच संपविणे, चारित्र्यावर

घेतलेल्या संशयामुळे होणाऱ्या आत्महत्या, बेकारीला कंटाळून, परीक्षेत नापास झाल्यामुळे, प्रेमप्रकरणात यश न आल्यामुळे इ. विविध कारणांनी होणाऱ्या आत्महत्यांची वर्णने आपण वाचतो.

आत्महत्या करणाऱ्यांची गेल्या पंचवीस वर्षांतील अधिकृत आकडेवारी (अनधिकृत वेगळी) पाहता आत्महत्या करून जीवनापासून पळून जाणाऱ्यांचे प्रमाण वाढलेले दिसते. जणू जीवनातील सर्व अडीअडचणींचा डोंगर ओलांडण्यासाठी आत्महत्येचा मार्ग हा एखाद्या औषधासारखा लोक वापरताना दिसून येतात. सौभाग्य-वैराग्य, सुख-दुःख या गोष्टी सगळ्यांच्याच आयुष्यात अटळपणे येत असतात. त्या सर्व सहन करीतच जीवनाची ही नैय्या किनाऱ्याला लावावी लागते. सर्वसामान्यपणे व्यक्ती चिवटपणाने जगून सगळ्या गोष्टींचा मुकाबला करीत असतातच. माणूस प्रसंगी कोलमडून पडला, तरी पुन्हा उठून नवीन जीवनाला सामोरा जातो.

मूळ तत्त्व हे आहे की, मानव मनापासून जीवनावर प्रेम करणारा आहे. एक सर्वाधिक बुद्धिमान प्राणी या नात्याने मानवाने समाज निर्माण केला. का जगावे? कसे जगावे? याविषयीचे तत्त्वज्ञान निर्माण केले. कोणीही मनाला वाटेल त्या पद्धतीने स्वतःच्या गरजा पूर्ण करू नयेत, यासाठी नियंत्रणव्यवस्था निर्माण केली. परिणामी सर्वांच्या क्रिया सारख्याच पद्धतीने व्हाव्यात, ही व्यवस्था त्यांतून निर्माण झाली व ती लोकांना मान्यही झाली. पण मानवी समाजाने जसजशी प्रगती केली, तसतसा समुदायवाद कमी होत गेला व व्यक्तीवाद वाढत गेला. प्रत्येक व्यक्ती केवळ स्वतःच्या गरजविश्वाभोवती केंद्रित होत गेली. स्पर्धा, संघर्ष या आधुनिक समाजात चालणाऱ्या अटळ प्रक्रिया आहेत. पण बऱ्याच लोकांना या प्रक्रिया स्वीकारता येत नाहीत. त्यात ते कमी पडतात. त्यामुळे आपल्याच आयुष्यात अडचणी आहेत, त्या तुलनेने दुसऱ्यांचे जगणे सोपे आहे, असा समज व्यक्तींमध्ये निर्माण होतो व व्यक्ती आत्मघात करावयास प्रवृत्त होतात. लहानलहान कारणांनीदेखील जगण्याची ताकद घालवून बसलेले लोक असा गुन्हा करताना दिसून येतात.

डरखाईम या समाजशास्त्रज्ञाने आपल्या 'Le Suicide' या पुस्तकात या मुद्द्याची सविस्तर चर्चा करून आत्महत्या करणाऱ्या लोकांचे काही प्रकार पाडलेले आहेत-

१) अहंभावी व्यक्तींची आत्महत्या - Egoistic suicide

२) परार्थवादी किंवा परहितवादी आत्महत्या - Altruistic suicide

३) प्रमाणकशून्य स्थितीतील आत्महत्या - Anomic suicide

अहंवादी किंवा अहंभावी आत्महत्या ही समाजातील एकलकोंड्या व्यक्तींची आत्महत्या होय. सर्व घटना आपल्याच मनाप्रमाणे घडल्या पाहिजेत, असे वाटणारे लोक या प्रकारात मोडतात. इतरांपेक्षा आपण जास्त बुद्धिमान आहोत. त्यामुळे आपल्याला इतरांपेक्षा जास्त मिळावयास पाहिजे, इतरांनी आपला स्वामित्वाचा हक्क मान्य केला पाहिजे, समाजात सर्वत्र आपल्याला सन्मान मिळाला पाहिजे, अशा विचाराच्या व्यक्ती जर या सगळ्या गोष्टींच्या उलट गोष्टी घडत राहिल्या, तर आत्महत्येसारखा टोकाचा विचार करू शकतात.

दुसऱ्या प्रकारात परार्थवादी (Altruistic) स्वरूपाच्या व्यक्ती येतात. आपल्यापेक्षा समाज व समाजातील मूल्ये श्रेष्ठ आहेत, असे मानणारे लोक या प्रकारामध्ये मोडतात. या प्रकारातील लोक संपूर्णपणे समाजसमर्पित असतात. समाजमान्य जीवन जगणारे असतात. हे लोक समाजातील नितिमूल्यांना, वैचारिकतेला अधिक महत्त्व देतात. सामाजिक मूल्ये परमपवित्र असून त्यांच्यासमोर आपण क्षुल्लक आहोत, असे मानणारा वर्ग या प्रकारात येतो. सामाजिक मूल्यांपुढे स्वतःच्या जीवाची किंमत शून्य मानली जाते अन् या प्रकारातली आत्महत्या घडून येते. जपानमध्ये प्रचलित असलेली 'हाराकिरी' अन् पूर्वी आपल्या समाजात असलेली सती जाण्याची पद्धती, जोहार करण्याची पद्धती यांसारख्या आत्महत्या या प्रकारातील आहेत. या वर्गातल्या व्यक्ती स्वतःच्या प्रतिष्ठेच्या काही कल्पना स्वतःच्या मनात निर्माण करून घेऊन त्या कल्पनांशी खेळत राहतात. सामाजिक मूल्यांसाठी त्याग करणे ही त्यांना जीवनातील सर्वश्रेष्ठ गोष्ट वाटते. आपल्या समाजातील बहुतेक सर्व आत्महत्या या 'परार्थवादी' या प्रकारातील आहेत.

तिसऱ्या प्रकारातील आत्महत्या या व्यक्तीची Anomic म्हणजेच 'प्रमाणकशून्य' अवस्था निर्माण झाल्यानंतर घडू शकतात. आयुष्यामध्ये अशी एखादी परिस्थिती उद्भवते की, नेमके काय करावे, हे व्यक्तीला कळत नाही. नेमके कोणाचेही मार्गदर्शन मिळत नाही. बरेचदा जुनी परिस्थिती सोडवत नाही अन् नवीन परिस्थितीचा स्वीकार करता येत नाही. अशा चक्रात सापडलेले लोक या तिसऱ्या प्रकारामध्ये मोडणारे असतात. स्वतःचा स्वतःशीच चालणारा संघर्ष इथे दिसून येतो. बऱ्याच लोकांना गेलेला काळ म्हणजे भूतकाळ सर्वश्रेष्ठ वाटतो व सध्याचा वर्तमानकाळ क्षुल्लक वाटतो. हे लोक नॉस्टॅलजीक पर्सनॅलिटीचे असतात. ते गेलेल्या काळातच आजचे प्रतिबिंब पाहत असतात. ती परिस्थिती, तो काळ अन् ते वय आता पुन्हा येणार नसले, तरी मनाने ते भूतकाळातच वावरतात व अशा लोकांच्या वर्तमानकाळातल्या वर्तनपद्धती मग चमत्कारिक होतात. नेहमी मागच्याच काळाचा विचार गनात

असल्यामुळे चालू स्थितीशी अशा व्यक्ती जुळवून घेऊ शकत नाहीत. परिणामी त्या स्वतःचे आयुष्य संपविण्याची शक्यता असते.

याशिवाय समाजशास्त्रज्ञांनी आणखीही काही निष्कर्ष आत्महत्येच्या प्रमाणाबाबत काढलेले आहेत -

१) स्त्रियांपेक्षा पुरुषांमध्ये आत्महत्येचे प्रमाण जास्त आहे. कारण स्त्रियांमध्ये प्राप्त परिस्थितीशी तडजोड करण्याची क्षमता पुरुषांपेक्षा जास्त असते. त्यामुळे असेल ती परिस्थिती स्त्रिया ताबडतोब स्वीकारतात. पुरुषांना मात्र वर्तमान परिस्थिती लवकर स्वीकारता येत नाही. याच कारणामुळे विधुर पुरुषांपेक्षा विधवा स्त्रिया आपल्या मुलामुलींशी, कुटुंबाशी ताबडतोब जुळवून घेतात.

२) विवाहितांपेक्षा अविवाहितांमध्ये आत्महत्येचे प्रमाण जास्त असते. अविवाहित व्यक्ती केवळ स्वतःचा विचार जास्त प्रमाणात करतात, तर विवाहित व्यक्ती स्वतःपेक्षा आपल्यावर अवलंबून असणाऱ्या बाकीच्या लोकांचा विचार जास्त प्रमाणात करतात.

(विवाहित माणसे स्वतःच्या घरात रोज मरतात, त्यांना वेगळ्या आत्महत्येची गरज काय? असा विनोदी युक्तिवादही काही लोक करताना दिसतात.)

३) अंतर्मुखी व्यक्तींमध्ये आत्महत्येचे प्रमाण जास्त असते.

ज्या व्यक्ती मनातले विचार मनातच ठेवतात, समाजात फारशा मिसळत नाहीत, अशा व्यक्तींची समाजही फारशी चर्चा करीत नाही. अशा लोकांना फारसे मित्र नसतात किंवा भावना मोकळेपणाने व्यक्त करता येतील, अशी जवळची कोणी व्यक्ती नसते.

४) आजारी व्यक्तीपेक्षा निरोगी व्यक्तींमध्ये आत्महत्येचे प्रमाण जास्त असते. उलट जितका आजार बळावत जातो, तेवढी जगण्याची इच्छा वाढत जाते.

५) वातावरणाचा परिणाम व्यक्तीच्या मनावर होतो. उन्हाळ्यापेक्षा हिवाळ्यात जास्त आत्महत्या होतात.

६) धार्मिक प्रवृत्तीच्या व्यक्तींमध्ये आत्महत्येचे प्रमाण कमी असते. कारण जेवढ्या श्रद्धा वाढतील, तेवढी व्यक्तीची नाळ समाजाशी जोडली जाईल. परिणामी व्यक्ती आत्महत्येचा विचार करणार नाहीत.

जीवनामध्ये येणाऱ्या आणि घडणाऱ्या सर्व घटनांचा विचार व्यक्ती कोणत्या दृष्टिकोनातून करते, यावरही आत्महत्या होणे किंवा न होणे अवलंबून आहे. प्राप्त परिस्थिती स्वीकारली, तर आत्महत्या करण्याचा प्रश्नच निर्माण होणार नाही. दुसऱ्यांच्या आयुष्यात संकटे यावीत. पण मागील आयुष्य संकटरहित असावे, असे म्हणता येणार नाही.

मनुष्य कोणत्या ना कोणत्या तरी कुटुंबातच जन्माला येतो. त्याचा विकासही कुटुंबात होतो अन् त्याचा मृत्यूही कुटुंबातच होतो. जास्तीत जास्त काळ व्यक्ती कुटुंबाशी जोडली गेल्याने व आयुष्याचा बहुतांश काळ कुटुंबातच काढल्याने व्यक्तीच्या विचार करण्याच्या पद्धती तिच्या कुटुंबावर अवलंबून आहेत. उदा. आपल्या कुटुंबातील सदस्यांबद्दल जी व्यक्ती कधी बाहेर बोलत नाही, तिचे कौटुंबिक जीवन समाधानाचे दिसून येते. समाधानी व्यक्तीला आपण समाधानी आहोत, हे मुद्दाम सांगण्याची गरज नसते. तिच्या अनौपचारिक वागण्यातून ते व्यक्त होते. समाधानाची भावना कधीही उधार, उसनवार वागून व्यक्त होत नाही, तर मनापासून आनंद झाला, तरच तो चेहऱ्यावर दाखविता येतो. कुटुंबातील लोकांकडून प्रत्येक व्यक्तीच्या काही अपेक्षा असतात. तिथे जर अपेक्षाभंग झाला, तर मात्र व्यक्ती उद्ध्वस्त होते अन् ती केव्हाही आत्महत्येला प्रवृत्त होण्याची शक्यता वाढते, म्हणूनच निरोगी, सामाजिक संबंध हे व्यक्तीच्या कुटुंबाच्या जिवंत राहण्याच्या दृष्टीने आवश्यक आहेत. थोडक्यात आत्महत्येचे विचार करणारी व्यक्ती आणि शारीरिकदृष्ट्या आजारी असलेली व्यक्ती यांच्यात फारसा फरक नाही.

आत्महत्येचा संबंध आर्थिक परिस्थितीपेक्षाही मानसिक आणि सामाजिकतेशी जास्त आहे.

काही पथ्ये पाळल्यास व्यक्तीला स्वतःला या विचारांपासून दूर ठेवता येणे शक्य होईल –

१) घडणारा प्रत्येक प्रसंग व्यक्तीने गांभीर्याने मनावर घेऊ नये.

२) व्यक्तीने स्वतःला महत्त्व द्यावयास शिकले पाहिजे. इतरांचा अपमान करू नये, पण स्वतःलाही सन्मान द्यावा.

३) 'जे चाललेले आहे, ते आपल्याच इच्छेने.' यावर विश्वास ठेवावा.

४) आत्मविश्वास बाळगावा. उगीचच आपली दुःखे लायकी नसणाऱ्या व्यक्तीजवळ सांगू नयेत.

५) व्यक्तीने नेहमी बहिर्मुख असावे. जास्त वेळ एकांतवासात विचार करीत बसू नये.

६) वाचनप्रिय असावे.

७) कुटुंबात जर एखादी घटना स्वतःच्या मनाविरुद्ध जरी सुरू असली, तरी इतरांच्या इच्छेखातर त्या घडामोडीमध्ये भाग घ्यावा.

८) नेहमीचे रुटीन जीवन जगत असताना कधीतरी जवळपास का होईना पण पर्यटन करावे. पर्यटनामुळे विचारप्रक्रिया सुधारते.

९) महत्त्वाची बाब म्हणजे आपल्याबाबतीत जे घडलेले आहे, ते आपल्याच बाबतीत पहिल्यांदा घडलेले नसून अनेकांच्या जीवनात तसेच घडलेले आहे, यावर विश्वास ठेवावा.

कदाचित वरील उपायांनी आत्महत्येचे विचार मनात यावयास प्रतिबंध घडू शकेल.

३

श्रद्धा आणि सामाजिकता

मानव हा समाजात राहत असल्यामुळे सामुदायिकता हाच त्याच्या जीवनाचा अविभाज्य भाग बनून जातो. एखाद्या क्रियेला सामुदायिकता प्राप्त झाल्यानंतर ती क्रिया समाजात राहणाऱ्या लोकांच्या जीवनाचा एक आवश्यक भाग बनून जाते. अनेक लोक एखादी क्रिया ज्या प्रकारे करतात, तोच प्रकार आपणही आत्मसात केला पाहिजे, असे व्यक्तीला वाटते अन् ती त्या दिशेने प्रयत्न करीत राहते.

सामान्यपणे जीवन जगत असताना व्यक्ती स्वतःच्या कुवतीनुसार स्वतःच्या गरजा पूर्ण करतात. त्यासाठी जे काही प्रयत्न करण्याची गरज आहे, ते प्रयत्न व्यक्ती करतात. जीवनभर व्यक्तींच्या गरजा आणि सामाजिक परिस्थिती यांचा संघर्ष चाललेला असतो.

समाजात जीवन जगणाऱ्या व्यक्तीला सामान्यपणे कोणत्याही संघर्षात पडू नये, असे वाटते. तिचे स्वतःचे एक विश्व असते. त्या विश्वातील घडामोडी तिला जीवनभर पुरतात. तेवढेच जग तिचे होऊन जाते. व्यवस्था मानणारा सर्वसामान्य माणूस जेव्हा स्वतःच्या प्रयत्नांत कमी पडतो, तेव्हा तो कोणत्यातरी वेगळ्याच शक्तीचा आश्रय घेऊ पाहतो. एखादी शक्ती किंवा एखादी व्यक्ती आपल्या जीवन जगण्याच्या प्रक्रियेत साहाय्यभूत ठरते, याची खात्री झाल्यानंतर त्या शक्तीबद्दलच्या

किंवा त्या व्यक्तीबद्दलच्या तिच्या सगळ्या भावना श्रद्धेत रूपांतरित होऊन जातात आणि एकदा त्या रूपांतरित झाल्या की, कायम टिकून राहतात. जीवन जगण्याची प्रक्रिया सामाजिक आणि मानसिक अशा दोन्हीही पातळ्यांवर सुरू असते. व्यक्तीच्या या दोन्हीही बाजू सुस्थितीत असतील, तरच तिला व्यवस्थित जीवन जगता येते.

व्यक्ती कोणत्याही आर्थिक परिस्थितीतील असली, तरी वेगवेगळ्या प्रकारच्या सामाजिक श्रद्धा तिच्यावर येऊन आदळतात. बरेचदा व्यक्तीला त्यांचा स्वीकार करण्याशिवाय गत्यंतर राहत नाही आणि व्यक्ती हा स्वीकार आनंदाने करताना दिसते. श्रद्धांचे पालन करीत असताना व्यक्ती फायदा-तोट्याचा, नफा-नुकसानीचा कोणताही विचार करीत नाही. व्यक्तीच्या मनावर जन्मापासून विवाहापर्यंत अन् विवाहापासून ते मृत्यूनंतरही सगळे जे संस्कार होतात, त्या संस्कारांचा प्रमुख आधार श्रद्धा हा आहे. बरेचदा श्रद्धा ह्या परंपरेने चालत आलेल्या असतात. पिढ्यान्पिढ्यांचा इतिहास त्यांच्या मागे असतो. त्या नेमक्या केव्हा निर्माण झाल्या, हे जरी सांगता येत नसले, तरी पिढ्यान्पिढ्यांपासून त्यांचे पालन कोणताही वाद न करता केले जाते.

श्रद्धांना तसा कोणताही वैज्ञानिक आधार नसतो. त्या का पाळाव्यात? याविषयी कोणतेही तार्किक स्पष्टीकरण उपलब्ध नसते. त्यांचे पालन केल्यामुळे व्यक्तीला लगेचच काहीतरी दृश्य फायदा होतो, असेही नाही. उलट अनेक श्रद्धांचे पालन करीत असताना व्यक्तीचा खर्च होतो. लोक गरीब होतात, कर्जबाजारी होतात, तरीही ते वेगवेगळ्या श्रद्धांचे पालन करताना दिसून येतात. याचे मुख्य कारण म्हणजे श्रद्धा या सामाजिक असतात अन् व्यक्तीला समाजात राहणे महत्त्वाचे वाटत असते. स्वाभाविकपणे आपले वर्तन चारचौघांसारखे असावे, वेगळे किंवा विक्षिप्त असू नये, असे सामान्य व्यक्तीला वाटते. आपल्या वर्तनात सामाजिकता आणण्यासाठी व्यक्ती श्रद्धांचे पालन करताना दिसून येते.

मॅक्सवेबरसारखा समाजशास्त्रज्ञ असे मानतो की, व्यक्तीच्या जीवनाचा नेमका अर्थ विषद करून सांगण्याचे काम श्रद्धा करतात. श्रद्धेची व्याख्या करताना तो म्हणतो की, ज्या गोष्टी पिढ्यान्पिढ्या चालत आलेल्या आहेत आणि ज्यांचे पालन करणे व्यक्तीला अटळ वाटते, त्यांना श्रद्धा म्हटले पाहिजे. श्रद्धा या संकल्पनेबद्दल बोलताना डरखाईमसारखा सामाजिकता मानणारा समाजशास्त्रज्ञ असे म्हणतो की, ज्यांना विज्ञानाच्या भाषेत उत्तर देता येत नाही, हे विचार अमलात का आणावेत? यांचे कोणतेही वैज्ञानिक आणि तार्किक स्पष्टीकरण देता येत नाही. पण त्यांचे पालन केल्याशिवाय व्यक्तीला आपण समाजाचा हिस्सा असल्यासारखे वाटत नाही, असे विचार म्हणजे श्रद्धा होय.

श्रद्धांचा संबंध धार्मिक आणि सामाजिक अशा दोन्हीही घटनांशी असतो. पण प्रामुख्याने त्या धार्मिकतेपेक्षा जास्त सामाजिक असतात. एवढे मात्र नक्की की, एखाद्या घटकाबद्दल श्रद्धा निर्माण झाल्यानंतर त्या व्यक्तीच्या मनातून बाहेर काढणे, हे अत्यंत कठीण काम आहे. उदा. कुलदेवतेचे दर्शन घेतले पाहिजे, मानलेल्या गुरूचे पूजन केले पाहिजे, एखाद्या महाराजांचे दर्शन घेतल्यानंतर संकटे दूर होतात, डोक्याला विभुती लावल्यानंतर डोके दुखणे थांबते, मांजर आडवे जाणे अशुभ आहे, रिकाम्या घागरी सकाळी-सकाळी दिसल्या की कामे होत नाहीत, एखाद्या व्यक्तीचे तोंड सकाळी बघू नये, दिवस चांगला जात नाही, एखाद्या देवस्थानात गेल्यानंतर पैशाला कधीही कमी पडत नाही, एखाद्या गोष्टीसाठी बोललेला नवस जर पूर्ण केला नाही तर हमखास काहीतरी वाईट घडते, कुटुंबात मुलाचा जन्म शुभ आहे, डावा तळहात खाजविला की पैसा मिळणार आहे इ. अनेक प्रकारच्या श्रद्धा व्यक्तीचे जीवन व्यापून राहिलेल्या दिसून येतात.

श्रद्धा ह्या होकारार्थी आणि नकारार्थी अशा दोन्हीही प्रकारच्या असतात. कृतीचे मार्गदर्शन करण्याचे काम श्रद्धा करतात. श्रद्धा आणि अंधश्रद्धा यांच्यातील सीमारेषा फारच अस्पष्ट आहे. जोपर्यंत व्यक्तीच्या श्रद्धा तिच्या वैयक्तिक पालनापुरत्या मर्यादित असतात, तोपर्यंत त्यांचा उपसर्ग दुसऱ्या कोणाला किंवा समाजाला होत नाही. परंतु जेव्हा श्रद्धांचे पालन ऐच्छिक न राहता ते अटळ बनते आणि त्या श्रद्धांशी जेव्हा काही अतार्किक गोष्टी जोडल्या जातात, तेव्हा त्या श्रद्धांचे रूपांतर अंधश्रद्धांमध्ये होते. अंधश्रद्धा म्हणजे अशी श्रद्धा की, जी सारासार विवेकबुद्धी, ज्ञान, समज इ. गोष्टी गहाण ठेवून परिणामाची पर्वा न करता एखाद्या गोष्टीवर ठेवली जाते.

सध्या आधुनिकीकरणाच्या आणि जागतिकीकरणाच्या प्रक्रियेतही भारतीय समाजात 'अंधश्रद्धा' ही एक महत्त्वाची समस्या आहे. खरेतर ही समाजाच्याच दृष्टीने लाजिरवाणी बाब आहे. बुवाबाजी, गंडेदोरे, व्रतवैकल्ये, निष्क्रिय लोकांना जगविणे, कर्जबाजारीपणा, अनैतिकता, निर्घृणपणे होणाऱ्या हत्या, अपत्यप्राप्तीसाठी करावे लागणारे उपाय या सगळ्या गोष्टी अंधश्रद्धेमुळे भारतीय समाजात निर्माण झालेल्या आहेत. पराकोटीला गेलेली श्रद्धा म्हणजे अंधश्रद्धा होय. ही भारतीय समाजातील सगळ्यात महत्त्वाची अन् फारशी न जाणवणारी व बरीचशी स्वेच्छेने स्वीकारलेली समस्या आहे. स्वतःच्या मूर्खपणामुळे त्यात फसलेले लोक तक्रारही करीत नाहीत. 'हाक ना बोंब' अशी अवस्था या समस्येमुळे नाडल्या गेलेल्या लोकांची झालेली आहे.

व्यक्तीचे वैयक्तिक जीवन, सामाजिक जीवन आणि श्रद्धा यांचा फार जवळचा संबंध आहे. श्रद्धा ह्या जरी व्यक्तीच्या जीवनविकासाच्या दृष्टिकोनातून आवश्यक असल्या, तरी काही प्रमाणात अंधश्रद्धाही व्यक्तीचे जीवन सुखमय करण्यासाठी मदत करीत असतात.

जीवन जगण्याच्या प्रक्रियेत व्यक्तीला बरेचदा अन् अनेक बाबतींत हार मानावी लागते. बरेचदा आवश्यक त्या गरजा पूर्ण होत नाहीत. कधी जवळच्या आप्तेष्टांचा अकाली मृत्यू होतो, कधी संकटाची मालिकाच व्यक्तीवर कोसळते, कधी कल्पनेत नसणारे अघटीत घडते, कधी सतत संघर्षच करावा लागतो व त्यातून आवश्यक ते काहीही साध्य होत नाही, तर कधी बाकीचे सुखात असताना आपण नेमके दुःखात का आहोत, या सगळ्या प्रश्नांची उत्तरे व्यक्तीला मिळत नाहीत. अशा वेळी व्यक्ती हतबल होताना दिसते. नेमके काय करावे, हे तिला कळत नाही. लहानपणापासून व्यक्तीच्या मनावर प्रयत्नांचे महत्त्व सामाजिकीकरणाच्या माध्यमाद्वारे ठसविले जाते. प्रयत्न करून वाट्टेल ते मिळविता येते, ही श्रद्धा व्यक्तीला जीवन जगण्याच्या प्रक्रियेत मदत करते.

जीवन जगण्याच्या प्रक्रियेत स्पर्धा, संघर्ष याचा अनुभव सगळेच घेतात. या अनुभवातून जाण्याशिवाय व्यक्तीजवळ दुसरा पर्याय नाही. कोणतेही स्थान मिळविण्यासाठी अन् मिळविलेले स्थान टिकविण्यासाठीदेखील स्पर्धा कराव्या लागतात. दुर्दैवाने समाजातील स्पर्धा कधीही समपातळीवर होत नाहीत. परिणामी जगण्याच्या प्रक्रियेत व्यक्ती हतबल होते. अशा वेळी नेमके काय करावे, हेच व्यक्तीला समजत नाही. तिची अवस्था भांबावल्यासारखी होते.

नेमक्या याच वेळेला श्रद्धा जीवनात प्रवेश करतात. श्रद्धांमुळे काही जीवनविषयक मूल्यांवर विश्वास बसायला लागतो. तसेच काही सामुदायिक नीतीतत्त्वे आणि विचार यांचा सांभाळ आपणही केला पाहिजे, याविषयी व्यक्तीच्या मनात अनुकूल भावना निर्माण होते. याशिवाय सामुदायिकतेचे पालन करण्याच्या भावनेतूनदेखील काही श्रद्धा व्यक्तीकडून पाळल्या जातात.

व्यक्ती आस्तिक किंवा नास्तिक असणे आणि श्रद्धांचे पालन करणे, यांचा कोणताही परस्परसंबंध नाही. बऱ्याच व्यक्ती कोणतीही अलौकिक शक्ती मानीत नाहीत. अशी कोणतीही शक्ती असू शकत नाही, यावर त्यांचा विश्वास असतो. पण श्रद्धांचे अस्तित्व मात्र वादातीत आहे. समाजात राहणारे सगळे लोक कोणत्या ना कोणत्या श्रद्धांचे पालन करताना दिसतात. कधी या श्रद्धा एखाद्या व्यक्तीविषयीच्या

असतील, तर कधी त्या एखाद्या पारंपरिक मूल्यांशी संबंधित असतील.

सामुदायिक जीवनपद्धतीसाठी श्रद्धांचे पालन करणे आवश्यक आहे. व्यक्तीच्या सर्व सामाजिक आंतरक्रियांमध्ये श्रद्धा महत्त्वाची भूमिका पार पाडताना दिसून येतात. एखाद्या व्यक्तीचा आदर करणे, एखाद्या घटकाचा उल्लेख कौतुकाने करणे, निंदा करणे, स्तुती करणे, पर्यटन करणे, उपवास करणे या क्रिया बहुतेक व्यक्ती करताना दिसून येतात. या सगळ्या क्रिया कोणत्यातरी प्रकारच्या श्रद्धांतूनच निर्माण झालेल्या दिसून येतात.

मनुष्याला संस्कृती आहे. तसेच एखाद्या ठरावीक गरजेसाठी सर्वांच्या क्रिया सारख्याच पद्धतीने होणे आवश्यक आहे. बहुतेक सगळ्या व्यक्तींच्या गरजा समान असल्यामुळे त्या पूर्ण करण्याच्या समान पद्धतीही समाजात निर्माण झालेल्या असतात. 'धार्मिक विचार म्हणजेच श्रद्धा.' असा चुकीचा अर्थ बरेचदा लोकांकडून लावला जातो. पण खऱ्या श्रद्धा या सामाजिकच असू शकतात. त्या कधीही धार्मिक नसतात. डरखाईमसारख्या समाजशास्त्रज्ञाने धर्म म्हणजे श्रद्धा, विश्वास आणि प्रतीके यांवर अवलंबून असणारा एक विचार, असे मानलेले आहे. विश्वासाची कल्पना आणि मूर्त प्रतीके या गोष्टी श्रद्धेतूनच निर्माण झालेल्या असतात.

श्रद्धांमुळे व्यक्तीला जीवन जगण्यास बळ मिळते. कुलेसारख्या समाजशास्त्रज्ञाने श्रद्धा म्हणजे जीवनातील निर्धार, असे म्हटलेले आहे. बागेत कारंजे जी भूमिका पार पाडतात, तीच भूमिका मानवी जीवनात श्रद्धा पार पाडताना दिसून येते. मानव हा विचार करणारा प्राणी आहे. केवळ जिवंत राहणे ही मानवाची प्रेरणा सुरुवातीच्या काळात होती. पण सध्याच्या विकसित समाजात ती नाही. विविधता आणि आवडीनिवडी पूर्ण करीत जीवन जगण्याला सध्याच्या काळात लोक प्राधान्य देतात आणि त्यासाठी बऱ्याच प्रमाणात श्रद्धा व्यक्तीला मदत करताना दिसतात.

धार्मिक श्रद्धा आणि पर्यटनाची भावना यांचाही जवळचा संबंध दिसून येतो. सध्या सगळी धार्मिक संस्थाने गर्दीने गच्च भरलेली दिसतात. त्यामागे सगळे लोक धार्मिक प्रवृत्तीचे झाले, हे कारण नसून लोकांची पर्यटनाची आवड वाढली, हा त्याचा स्वच्छ अर्थ आहे. ज्यांच्या मूलभूत गरजा पूर्ण झालेल्या आहेत, त्यांच्या पर्यटनाच्या गरजा प्रबळ बनतात. रोजचं तेच ते आयुष्य जगताना व्यक्ती कंटाळून जाते. दिनक्रमामध्ये कोणतातरी बदल असणे, तिला महत्त्वाचे वाटते. या भावनेपोटी धार्मिक देवस्थाने ही धार्मिक भावनेपेक्षाही पर्यटनभावना जोपासणारी केंद्रे बनत चाललेली दिसून येतात. या निमित्ताने त्या धार्मिक ठिकाणी वेगवेगळ्या रोजगार देणाऱ्या

उद्योगांची वाढ होते. सध्या देवस्थानच्या ठिकाणी काही दिवस मुक्काम करणाऱ्यांची संख्या वाढली आहे. ही वाढलेली संख्या लोकांच्या धार्मिक प्रवृत्तीची नव्हे, तर पर्यटनभावनेची द्योतक आहे. मानवाच्या सर्व प्रकारच्या भावभावना पूर्ण करण्यात श्रद्धा महत्त्वाची भूमिका बजावतात. श्रद्धाहीन व्यक्तीचे जीवन फारच रुक्ष होण्याची शक्यता असते.

श्रद्धा जेव्हा विकृत बनतात, तेव्हा त्यांचे रूपांतर अंधश्रद्धेमध्ये होते. अंधश्रद्धा म्हणजे अशी श्रद्धा की, जी सारासार विवेकबुद्धी, ज्ञान या गोष्टी गहाण ठेवून एखाद्या गोष्टीवर परिणामांची पर्वा न करता ठेवली जाते. अंधश्रद्धेची दुसरी व्याख्या अशीही करता येईल की, अंधश्रद्धा म्हणजे अशा श्रद्धा की ज्यांचा त्रास दुसऱ्यांना होतो व ज्यांच्या पालनामुळे समाजामध्ये विविध प्रकारच्या समस्या निर्माण होताना दिसून येतात. अंधश्रद्धा ही समाजाच्याच दृष्टीने लाजिरवाणी बाब आहे.

मानसिक समस्यांचे उत्तर आपल्याला अंधश्रद्धेतच शोधावे लागेल. परमेश्वरी शक्ती मानणे, ही बाब व्यक्तीचे मानसिक समाधान होण्यासाठी आवश्यक आहे. अचानक काही संकटे आली, तर त्यांच्यातून सावरण्यास धार्मिक कल्पना मदत करतात. जीवन जगण्याचे साधन म्हणून लोकांनी श्रद्धा पाळणे महत्त्वाचे आहे. पण त्या जीवनापेक्षा वरचढ बनू नयेत, हे पाहणेदेखील तितकेच महत्त्वाचे आहे.

४

धार्मिक संस्थानांचे सामाजिक कार्य

समाजशास्त्रामध्ये ज्या वेगवेगळ्या सामाजिक संस्थांचा अभ्यास केला जातो, त्यांत धर्मसंस्था ही अतिशय महत्त्वाची संस्था आहे. धर्माचे पालन समाजातील बहुतांशी लोक करीत असल्यामुळे ही संस्था थेट सामाजिक मनावर आधारलेली संस्था आहे. समाजशास्त्रातील बहुतांश विचारवंतांनी धर्म या संस्थेचा अभ्यास आपल्या विवेचनाच्या दरम्यान केलेला आहे. विचारवंतांमध्ये धर्माच्या व्याख्येच्या संदर्भात भेदाभेद असले, तरी एक बाब सर्वांनी एकमुखाने मान्य केली आहे की, धर्माचा संबंध अमानवी अशा अमूर्त शक्तीशी आहे. मानववंशशास्त्रीय परिभाषा कोशाप्रमाणे धर्माची व्याख्या अशी दिलेली आहे की, धर्म म्हणजे मानव व त्याचे पर्यावरण यांमधील संबंधाविषयीच्या संकल्पनेला निश्चित स्वरूप देणारी व प्रत्येक संस्कृतीत आढळणारी श्रद्धा व आचार यांची व्यवस्था होय. आर.एन. मुखर्जी यांनी धर्माची व्याख्या करताना असे म्हटले आहे की, भीती, पूज्यभाव, भक्ती, पावित्र्याची कल्पना यांवर आधारलेली प्रार्थना, पूजा किंवा समर्पण याद्वारे अभिव्यक्त होणारी, कोणत्या ना कोणत्या अतिमानवी, अलौकिक किंवा अतिसामाजिक शक्तीवरील श्रद्धा म्हणजे धर्म होय.

विविध विचारवंतांनी धर्माची संकल्पना आपल्या शब्दांत समजावून दिलेली

असली, तरी डरखाईम या समाजशास्त्रज्ञाने धर्माची केलेली व्याख्या सर्वसमावेशक मानली जाते. त्याच्या मते, 'धर्म म्हणजे श्रद्धा, विधी आणि विश्वास यांची एकत्रितपणे निर्माण केलेली व्यवस्था होय. धर्म ही एक सामाजिक घटना आहे.'

आपल्या 'Elementory forms of religious life' या ग्रंथात डरखाईम म्हणतो की, धर्म ही एखाद्या समाजातील लोकांना पवित्रतेच्या कल्पनेवर एकसंध ठेवणारी घटना आहे. समाजातील लोकांवर धर्माचा प्रचंड प्रभाव असल्यामुळे धर्म ही सामाजिक बाब आहे. धर्म म्हणजे पवित्र वस्तूंच्या संदर्भातील अशा वस्तू, ज्या सामान्य वस्तूंपेक्षा वेगळ्या ठेवल्या जातात व ज्यांचा सर्वसामान्य वस्तूंप्रमाणे वापर निषिद्ध मानला जातो. अशा वस्तू-श्रद्धा आणि विधींची धर्म ही एकसंध व्यवस्था आहे. या श्रद्धा आणि विधी यांचे पालन करणाऱ्या व्यक्तींना एखाद्या मंदिरासारख्या लोकसमूहात संघटित केले जाते.

A religion is a unified system of beliefs & practices relative to sacred things, that is to say, things set apart and forbidden - beliefs and practices which unite into one single moral community called a Church, all those who adhere to them.

एक संस्था या नात्याने धर्माविषयी खालील निरीक्षणे सांगता येतील -

१) धर्म ही सार्वत्रिक घटना आहे. जुन्या काळापासून आजच्या अत्यंत विज्ञानवादी मानल्या जाणाऱ्या काळापर्यंत धर्माचे अस्तित्व कायम टिकून राहिलेले दिसून येते.

२) सर्व धर्मांमध्ये माहीत नसलेल्या अलौकिक विश्वाबद्दल भाष्य केलेले असते. किंबहुना मृत्यूनंतरचे ठरावीक तत्त्वज्ञान सांगितल्याशिवाय कोणत्याही धर्माचा पायाच पक्का होऊ शकत नाही.

३) काही चमत्कार प्रत्येक धर्माला मान्य असतात. ह्या चमत्कारांना विज्ञानाचा कोणताही आधार नसला, तरी त्यांच्यावर शंका घेणे गैर मानले जाते.

४) पवित्र आणि अपवित्र असा फरक प्रत्येक धर्मात केलेला दिसून येतो.

भारतीय समाजात धर्मावर श्रद्धा ठेवणाऱ्या लोकांचे प्रमाण जास्त आहे. नेहमी कोणत्यातरी मंदिरात जाणाऱ्या, पोथ्या वाचणाऱ्या, सतत धर्माच्या कोणत्या ना कोणत्या विधीशी संबधित असणाऱ्या, तीर्थयात्रा करणाऱ्या, तसा सल्ला दुसऱ्यांना देणाऱ्या, नवस बोलणाऱ्या अन् बोलल्याप्रमाणे फेडणाऱ्या अशा सर्व लोकांची

संख्या भारतीय समाजात प्रचंड प्रमाणात आहे.

कोणत्याही धार्मिक संस्थानाच्या गेल्या वीस वर्षांतील घडामोडींकडे बघितले, तर दिसेल की, बहुतेक सर्व धार्मिक संस्थाने आर्थिकदृष्ट्या संपन्न झालेली आहेत. त्यांचा प्रचंड विस्तार झालेला आहे. अनेक संस्थानांनी आपल्या संस्थानांत आवश्यक त्या सुविधा आणि येणाऱ्या भक्तांसाठी जे काही करता येणे शक्य आहे, ते केलेले आहे किंवा करीत आहेत. महाराष्ट्राचा विचार केल्यास इथे अनेक धार्मिक संस्थाने अशी आहेत की, ज्यांनी भक्तांच्या निवासासाठी प्रचंड धर्मशाळा बांधल्या आहेत. भक्तांना कायमस्वरूपी प्रसाद म्हणून थेट जेवणच मिळेल, याची व्यवस्था केलेली आहे. भक्तांना रांगेत व्यवस्थित उभे राहता यावे, याची व्यवस्था आहे. याशिवाय भक्तांना धार्मिकतेबरोबर पर्यटनाचाही आनंद मिळावा, याचीही तजवीज केलेली आहे.

देवस्थाने संपन्न झाली, याचा एक अतिशय चांगला परिणाम त्या-त्या गावातील समाजजीवनावर झालेला आहे. त्या गावातील अनेक तरुण संस्थानात नोकरीला लागले आहेत. निदान काही प्रमाणात का होईना, पण तिथली बेकारी कमी झालेली आहे. तरुण पिढीच्या हातात पैसा खेळतो आहे. गावात लॉजेस, हॉटेले यांची संख्या वाढली आहे. दळणवळणाची साधने वाढलेली आहेत. धार्मिक कृत्ये करणारे, प्रसाद-फुले विकणारे यांची चलती आहे. परिणामी एखादे देवस्थान ज्या गावात आहे, त्या गावात लोकांची वर्दळ वाढल्यामुळे त्या सगळ्या गावातच संपन्नता आलेली दिसून येते. धार्मिक संस्थानांत जी सामाजिक कामे व्हावयास पाहिजेत, त्यातले हे एक महत्त्वाचे कार्य मानावे लागेल. शिवाय शासनदरबारीही ते गाव आणि त्या गावातील देवस्थान चर्चेत आल्यामुळे अर्थसंकल्पाद्वारे आणि वेगवेगळ्या माध्यमांतून शासनानेदेखील भरघोस निधी देऊन धार्मिक संस्थानांच्या विकासाला हातभार लावलेला दिसून येतो.

कोणत्याही धार्मिक देवस्थानाकडे जमा होणारा पैसा मुख्यतः खालील मार्गांद्वारा जमा होतो -

१) लोकांनी दिलेल्या देणग्यांमधून - यात पैसे, सोने, चांदी, हिरे इ. किमती वस्तू येतात.

२) शासनाद्वारे - प्रत्येक अर्थसंकल्पात देवस्थानांसाठी शासन आर्थिक तरतूद करते.

३) याशिवाय देवस्थानांची दुकाने, भक्तनिवास, भोजनालये यांच्या माध्यमांतून जमा होणारा पैसा.

थोडक्यात वेगवेगळ्या माध्यमांतून बहुसंख्य देवस्थानांतून पैसा खेळताना व जमा होताना दिसतो आहे.

वरील सर्व चर्चा केल्यानंतर त्यांतून एक बाब निष्पन्न होते की, लोकांच्या धार्मिक श्रद्धा इतक्या मोठ्या प्रमाणात वाढलेल्या आहेत की, कोणतेही देवस्थान असो, तिथे जाणारे भक्त आहेत व जमा होणारा पैसाही आहे. पैसा मिळण्याचे प्रमाण कमी-जास्त असू शकते. परंतु पैशाअभावी देवस्थानावर दारिद्र्याची कळा आलेली आहे, असे चित्र क्वचितच बघावयास मिळते.

समाज जितका आधुनिकतेकडे आणि विज्ञानवादी समाजरचनेकडे वाटचाल करतो आहे, तितकी त्या समाजात धार्मिकता वाढत चाललेली आहे. त्याची अनेक समाजशास्त्रीय कारणे आहेत. सतत चालणारी स्पर्धा, स्वतःचे अस्तित्व टिकविण्यासाठी चाललेली चढाओढ, कायम वाढत राहणाऱ्या गरजा, अपेक्षा आणि हाती येणारा पैसा यांत विसंगती असणे, आत्मसन्मानाची काळजी, सतत दुसऱ्या व्यक्तींशी तुलना करावयाची लागलेली सवय, सतत असणारे आर्थिक ताण, मुला-मुलींकडून असलेल्या अपेक्षा पूर्ण न होणे, जीवन जगण्याच्या प्रक्रियेत आलेली हतबलता, त्यांतून जन्माला येणारी असहायता, योग्य वेळी योग्य गरजा पूर्ण न होणे, सततचे मानसिक दडपण, अपत्ये न होणे, विवाह, आर्थिक स्थैर्य, जंगम मालमत्ता याविषयीच्या अपेक्षा पूर्ण न होणे, योग्य तो जोडीदार न भेटणे, व्यसनाधीनता, किरकोळ ध्येयासाठी परमेश्वरावर अवलंबून राहणे, आपले सगळे ओझे अमूर्त परमेश्वरी शक्तीवर टाकून निर्धास्त होण्याची पळपुटी वृत्ती ही वेगवेगळी कारणे व्यक्ती धार्मिक बनण्याची व धार्मिक राहण्याची आहेत.

याशिवाय समाजात सतत परिवर्तन सुरू आहे. या परिवर्तनाशी जुळवून घेणे सगळ्यांनाच शक्य होत नाही. परिणामी अभौतिक शक्तीचा मनावरील परिणाम वाढत जातो.

समाजातील बहुतेक लोक कोणतेतरी देवस्थान किंवा कोणत्यातरी बुवा, महाराजांच्या भजनी लागलेले दिसून येतात.

याशिवाय व्यक्ती धार्मिकतेकडे वळण्याची दोन महत्त्वाची कारणे दिसून येतात –

१) गरजेपेक्षा पैसा जास्त असणे.

२) पैशांअभावी गरजा पूर्ण न होणे.

या दोन्हीही प्रकारांतील लोक भारतीय समाजात मोठ्या प्रमाणावर दिसून येतात. याचाच अर्थ यापुढच्या काळात धार्मिक संस्थानांचे महत्त्व वेगाने वाढणार आहे. धार्मिक संस्थान भेट देण्यासाठी जेवढे कठीण, तेवढी त्या संस्थानाची लोकप्रियता अधिक दिसून येते.

समाजाची आणि शासनाची मदत धार्मिक संस्थानांना मोठ्या प्रमाणात होत असलेली दिसून येते. घटनेने जरी देश धर्मनिरपेक्ष असला, तरी समाजाच्या मानसिक परिस्थितीच्या विरुद्ध देशातील राज्यकर्त्यांनाही जाता येत नाही. परिणामी धर्मनिरपेक्षता हे केवळ कागदी मूल्यच बनून राहिलेले दिसून येते. समाजातील सर्वसामान्य ते असामान्य या सर्व स्तरांतील लोक धार्मिक देवस्थानांना या पुढच्या काळात उदार आश्रय देणार, याविषयी कोणतीही शंका नाही.

सतत पैशाचा वाढता ओघ, याशिवाय वेगवेगळ्या मार्गांनी देवस्थानाला दान देणारे लोक, यांतून 'या सगळ्या पैशाचं करायचं काय?' हा प्रश्न निर्माण होतो. ज्या लोकांनी त्यांच्या श्रद्धेचा मोबदला म्हणून हा पैसा दिला, त्या लोकांनाच तो वेगळ्या मार्गाने परत करणे, हा महत्त्वाचा पर्याय संस्थानांच्या समोर असू शकतो. तसेच देशाच्या विकासासाठी धार्मिक संस्थानांचा पैसा वापरणे सरकारला गैर वाटू नये. या पैशाचा विनियोग सामाजिक कारणांसाठी खालील प्रकारे करता येऊ शकतो –

१) देवस्थानाची अंतर्गत सुधारणा करणे.

२) भक्तनिवासांची संख्या वाढविणे अन् भक्तांना ते अत्यंत अल्पदरात उपलब्ध करून देणे.

३) येणाऱ्या भक्तांसाठी विनामूल्य किंवा माफक दरात भोजनाची व्यवस्था करणे.

४) कोणत्याही प्रकारे भाविकांकडून पैसे घेतले जाणार नाहीत, याची खबरदारी घेणे.

५) भाविकांची रेल्वेस्टेशन अन् बसस्टॅन्डवरून मोफत ने-आण करणे.

६) देवस्थानातर्फे वैद्यकीय प्रतिष्ठाने, दवाखाने सुरू करणे आणि त्यांतील सेवा लोकांना अत्यल्प दरात देणे.

७) शाळा, महाविद्यालये, तंत्रनिकेतने सुरू करणे.

८) विद्यार्थ्यांना व्यावसायिक शिक्षण अत्यल्प दरात देण्यासाठी व्यावसायिक

शिक्षण देणारे उपक्रम सुरू करणे.

९) एखादी कायमस्वरूपी व्याख्यानमाला सुरू करणे.

१०) भक्तांच्या सामाजिक प्रबोधनासाठी प्रयत्न करणे.

११) वेगवेगळ्या आजारांसाठी उपचारकेंद्रे सुरू करणे.

१२) रक्तदान शिबीर, नेत्रदान, देहदान इत्यादीसाठी लोकांना प्रवृत्त करणे.

१३) संस्थान ज्या गावात आहे, त्या गावाचा सर्वांगीण विकास करणे.

१४) संस्थानची ट्रस्टी मंडळी आणि गावातील नगरपालिकेचे सभासद यांच्या संयुक्त प्रयत्नाने विकासकामे करणे.

याशिवायही अनेक मार्गांनी समाजातील लोकांचा पैसा समाजालाच परत करता येईल.

समाजातील देवभोळे लोक कर्ज काढून धार्मिक यात्रा करताना दिसून येतात आणि जर देवस्थानने सामान्य भक्तांसाठीच विविध सोयी निर्माण केल्या, तर भक्तांचा देवस्थानावरील अन् तिथल्या कारभाऱ्यांवरील विश्वास दृढमूल होईल, यात शंकाच नाही.

५

विवाहसंस्थेची सामाजिक आवश्यकता

समाजशास्त्रात विवाहसंस्थेचा अभ्यास वेगवेगळ्या पैलूंनी केला जातो. विवाहसंस्था ही मानवी सामाजिक जीवनातील एक महत्त्वाची संस्था आहे. व्यक्तीचे समाजात राहणे आणि तिचा विकास या दोन्ही गोष्टी विवाहसंस्थेच्याच माध्यमातून साध्य होताना दिसतात. जगातील असा एकही समुदाय नाही की, ज्या समुदायात विवाहसंस्थेचे अस्तित्व नाही.

परस्परांच्या होणाऱ्या आंतरक्रियांचाही मूलाधार विवाहसंस्था हाच आहे. विवाहाच्या माध्यमातून व्यक्ती कुटुंब निर्माण करते अन् जन्मभर त्या कुटुंबात राहूनच स्वतःच्या गरजांची पूर्तता करते.

काही समाजशास्त्रज्ञांनी विवाहसंस्थेबद्दल आपले मत व्यक्त करताना म्हटले आहे की, ही संस्था मानवाने स्वतःच्या सामाजिक अस्तित्वासाठी निर्माण केलेली आहे. नातेसंबंधव्यवस्था, नैतिक-अनैतिकतेचे नियम, पक्का सामाजिक आणि कौटुंबिक पाया यांसाठी विवाहसंस्थेची आवश्यकता सर्वच समाजशास्त्रज्ञांनी मान्य केलेली आहे.

हॉबेल या विचारवंताच्या मते, 'विवाहित स्त्री-पुरुषांचे परस्परांशी, त्यांच्या

रक्तसंबंधीयांशी, मुलांशी अन् समाजाशी असलेले संबंध नियमित व परिभाषित करणारा समुदाय म्हणजे विवाहसंस्था होय.'

वेस्टर्न मार्क या विचारवंताने असे म्हटले आहे की, विवाह हा एक किंवा अधिक पुरुषांचा एक किंवा अधिक स्त्रियांशी येणारा असा संबंध आहे की, ज्यास प्रथा व कायद्याची मान्यता आहे. ज्यात एकत्र येणारे दोन्ही पक्ष व त्यांची संतती यांच्या अधिकार व कर्तव्याचादेखील समावेश होतो.

विवाहसंस्थेची व्याख्या करताना मदन आणि मुजुमदार यांनी म्हटले आहे की, विवाह ही साधारणतः दिवाणी (Civil) व धार्मिक संस्काराच्या स्वरूपात एक सामाजिक मान्यता आहे, जी दोन भिन्नलिंगी व्यक्तींना लैंगिक आणि अन्य तत्संबंधी तसेच परस्पर सामाजिक व आर्थिक संबंधाची अनुमती देते.

विवाह ही समाजातील एक अतिशय अनिवार्य आणि प्राचीन स्वरूपाची संस्था आहे. कुटुंबसंस्थेच्या निर्मितीसाठी आणि कुटुंब या गटाला स्थैर्य देण्यासाठी स्त्री-पुरुषांच्या संबंधांची व्यवस्था प्रत्येक समाजात आवश्यक आहे. समाजमान्य मार्गाने स्त्री-पुरुषांच्या कामवासनेची गरज पूर्ण करून त्यांना नियंत्रित करण्यासाठी व विवाहबंधनाच्या माध्यमातून एकत्रित आलेल्या स्त्री-पुरुषांना कायम एकत्रित ठेवून त्यांच्यावर जबाबदारी टाकून त्यांना एक समाजमान्य नागरिक बनविणे ही कामे प्रामुख्याने विवाहसंस्थेची आहेत. व्यक्तिगत दृष्टिकोनातून ही संस्था कामवासनापूर्ती, शारीरिक स्वास्थ्य आणि मनःशांतीसाठी आवश्यक आहे, तर संतती निर्माण करून तिचे पालनपोषण करून समाजाचे सातत्य कायम राहावे, हा या संस्थेमागील महत्त्वपूर्ण असा सामाजिक दृष्टिकोन आहे.

आपल्या वेगवेगळ्या गरजा पूर्ण करून घेण्यासाठी व्यक्ती समाजात राहते. याठिकाणी गरजांची पूर्तता, हाच केवळ उद्देश नाही, तर समाजमान्य मार्गाने गरजांची पूर्तता अभिप्रेत आहे. समाजमान्य मार्ग याचा अर्थ ज्या मार्गांना त्या समाजाने वर्षानुवर्षांपासून मान्यता दिलेली आहे, असे मार्ग. ज्याप्रमाणे आपल्या सगळ्या सदस्यांच्या गरजांची परिपूर्ती समाजातच कशी होईल, हे पाहणे जसे समाजाचे काम आहे, तसेच कधीकाळी स्वीकारलेल्या जीवन जगण्याच्या पद्धतीवर लोकांचा विश्वास कसा बसलेला राहील? याचा विचार करणे हेदेखील समाजाचे कर्तव्य आहे. या दृष्टीने स्वीकारलेले मार्ग आणि नाकारलेले मार्ग अशा तऱ्हेची स्पष्ट मूल्यरचना प्रत्येक समाजात निर्माण होत जाते. जे मार्ग समाजसंमत आहेत, त्यांच्यावर व्यक्तीचा विश्वास कसा कायम राहील, याचा विचार समाज करतो.

व्यक्तीची लैंगिक गरज भागविली जाणे अत्यंत महत्त्वाचे आहे. अन्न, वस्त्र, निवारा याचप्रमाणे निरोगी जीवन जगण्यासाठी लैंगिक गरजेची वारंवार पूर्तता होणे व्यक्तीच्या संतुलित जीवनासाठी आवश्यक आहे. ही कायम टिकणारी गरज त्याच सातत्याने निवारण करणे महत्त्वाचे आहे. कोणतेही स्त्री-पुरुष केव्हाही एकत्रित येऊन परस्परांशी लैंगिक संबंध ठेवू शकतात व त्यांतून संतती निर्माण होण्याचे कार्यदेखील अव्याहत चालू राहील. पण निर्माण झालेल्या संततीची सगळी जबाबदारी घेणेही महत्त्वाचे असते. याशिवाय विविध नातेवाचक संबंध समाजात निर्माण होतात. त्यासाठी काटेकोर लैंगिक नियमांची आवश्यकता असते. व्यक्तींच्या लैंगिक भावनेला एका दिशेनेच नियंत्रित अन् नियमित करण्यासाठी विवाहसंस्थेची गरज आहे. पशूंचे जीवन आणि मानवाचे जीवन यांत नेमका हाच फरक आहे की, मानवी समाजात लैंगिक संबंध कोणाशी ठेवावयाचे? अन् कोणाशी ठेवावयाचे नाहीत, याविषयी निश्चित नियम केलेले आहेत अन् त्यांचे उल्लंघन करणाऱ्यांना शिक्षा मिळण्याचीही तरतूद आहे.

व्यक्तींच्या संपर्कात येणाऱ्या परस्परविरोधी लिंगीय व्यक्तींचे वर्गीकरण दोन प्रकारांत करता येते –

१) लैंगिक संबंध ठेवता येऊ शकणारे.

२) लैंगिक संबंध ठेवता येऊ न शकणारे.

यात लैंगिक संबंध ठेवता येणार नाहीत, अशा व्यक्तींचीच संख्या जास्त असते. विवाहसंस्थेच्या माध्यमाद्वारे ही व्यवस्था इतक्या मोठ्या प्रमाणात व्यक्तीच्या मनावर बिंबवली जाते की, जे इतर अलैंगिक नातेसंबंध आहेत, त्यांचा आदर व्यक्ती आपोआप करते. शक्यतो लैंगिक सामाजिक बंधनाचे उल्लंघन आपल्याकडून होऊ नये, याचा प्रयत्न व्यक्ती करते अन् उल्लंघन झाले, तर जी शिक्षा होईल, ती मनातून मान्यही करते.

समाजात सर्वच प्रकारच्या वर्तनाबाबत दोन प्रकारच्या कृती करणारे लोक आढळतात. पहिले लोक अनुचलनात्मक वर्तन करणारे असतात म्हणजे जे वर्तन समाजाला मान्य आहे, असे वर्तन करणारे, तर दुसऱ्या प्रकारचे लोक विषयगामी वर्तन करणारे असतात म्हणजे जे वर्तन समाजाला अमान्य आहे, असे वर्तन करणारे. कोणत्याही समाजात अनुचलनात्मक वर्तन करणाऱ्या लोकांची संख्या जास्त, तर विषयगामी वर्तन करणाऱ्या लोकांची संख्या कमी असते. कारण व्यक्तीला सामाजिक जीवन जगणे, हे कोणत्याही परिस्थितीत महत्त्वाचे वाटते. एकदा निर्माण झालेली

सामाजिक व्यवस्था टिकवून ठेवण्याकडे व्यक्तीचा कल असतो. व्यवस्था जर नाकारावयाची असेल, तर फार मोठ्या प्रमाणात संघर्ष करावा लागतो अन् प्रत्येक वेळी संघर्ष करून स्वतःची मानसिकता बिघडवून घेणे कोणालाही परवडण्यासारखे नसते. या दृष्टीने विचार केल्यास मनुष्य हा तडजोडी करीत-करीत जीवन जगणारा प्राणी आहे, असे म्हणावे लागेल.

एकदा एखाद्या व्यक्तीबरोबर विवाह झाल्यानंतर आपोआपच लैंगिक संबंध ठेवण्याचा परवाना मिळतो. परिणामी निर्माण झालेल्या संततीलाही समाजात एक औरस दर्जा मिळतो. अनैतिक लैंगिक संबंध सर्वच समाजाच्या दृष्टीने त्याज्य असलेले दिसून येतात.

व्यक्ती जन्माला येते अन् ठरावीक वयानंतर मरते. परंतु समाज मरत नाही. तो टिकून राहतो. समाजाला एक ठरावीक संस्कृती असते. परंपरा असतात आणि त्याच आधारावर एक समाज दुसऱ्या समाजापेक्षा वेगळा मानला जातो. औरस संततीला समाज लगेच स्वीकारतो. सगळ्या प्रकारच्या प्रथा, परंपरा, औरस संततीकडे हस्तांतरीत केल्या जातात. वंशपरंपरा पुढे सुरू ठेवण्यासाठीही औरस संतती समाजाने आवश्यक मानली आहे.

जर विवाहबाह्य संबंधांतून संतती जन्माला आली असेल, तर ती अनौरस मानली जाते व तिला सगळ्या प्रकारचे सामाजिक आणि धार्मिक अधिकार नाकारले जातात. पाश्चिमात्य देशात जरी विवाहबाह्य संततीला सामाजिक दर्जा मिळत असला, तरी आपल्या देशात अनौरस संततीचा नेहमीच तिटकारा केला जातो. यांत या संततीचा कोणताही दोष नसताना तिला जन्मभर अवहेलना सहन करावी लागते. या सगळ्या गोष्टीला सक्त वैवाहिक नियम जबाबदार आहेत.

वैवाहिक नियमांच्या आधारे लैंगिक संबंधांना एका ठरावीक मार्गाने नेण्याची जी पद्धत निर्माण झालेली आहे, तिच्यावरच व्यक्तीचा सामाजिक दर्जा ठरतो. लैंगिक गरज पूर्ण करणे, ही सहजभावना असली, तरी तिच्यावर जर काहीही नियंत्रण नसेल, तर सामाजिक विसंवाद निर्माण होतील. ज्या समाजांत अनिर्बंध लैंगिक स्वैराचाराला परवानगी होती, ते समाज काळाच्या ओघात नष्ट झालेले दिसून येतात. अर्थात भारतीय विवाहसंस्थेतील काही नियम हे जात, धर्म, वर्गव्यवस्था यांच्या बंधनात अडकलेले आहेत, हे नाकारूनही चालणार नाही.

धर्म, प्रजा, रती हे विवाहाचे ठळक उद्देश मानले गेलेले आहेत. यात 'रती' म्हणजे लैंगिक भावनांचे समाधान हा सगळ्यांत शेवटचा उद्देश आहे. 'प्रजा निर्माण

करण्यासाठी लैंगिक संबंध' या गोष्टीला मान्यता देण्यात आली आहे. केवळ लैंगिक गरजांची पूर्तता हा विवाहाचा उद्देश कधीच नव्हता, तर विवाहामुळे कुटुंब निर्माण होते, कुटुंबातील सदस्यांमुळे व्यक्तीला जीवन जगण्याचे कारण उपलब्ध होते व व्यक्तीची सर्व स्तरावरून प्रगती होण्याची शक्यता त्यामुळे निर्माण होते. मानवी मनातील सगळ्या भावना दृश्य स्वरूपात येऊन त्यांची पूर्तता होणे अन् व्यक्तीला एक संतुलित जीवन जगावयास प्रेरित करणे, हे विवाहसंस्थेचे महत्त्वाचे कार्य आहे.

कोणी कोणाशी विवाह करावा? यांतील काही नियमांत कालमानानुसार बदल झालेले असले, तरी विवाह संस्थेची सामाजिक आवश्यकता मात्र आजही कायम आहे.

६

व्यक्ती आणि सामाजिक संस्था

समाजात जगणे म्हणजे सामुदायिकरीत्या जगणे अन् अशा प्रकारचे जीवन जगण्यासाठी काही नियम निर्माण करावे लागतात व काही लोक जर त्या नियमांप्रमाणे वागले नाहीत, तर त्यांना शिक्षा देण्याची तरतूदही करावी लागते. प्रत्येक संस्थेचे स्वतःचे म्हणून काही नियम असतात. या संस्था समाजातील लोकांचे एकत्रीकरण करण्यास साहाय्यभूत ठरतात. सामुदायिक जीवन केव्हाही काही सामाजिक चौकटीतच जगावे लागते. कारण समाजातील लोकांना स्वतः जीवन जगून इतरांच्या जीवन जगण्याचा आधारही बनावे लागते. कोणत्याही समाजव्यवस्थेत अनिर्बंध सामाजिक जीवनाला मान्यता दिलेली नसते. कारण तसे झाले, तर समाजाचे अस्तित्वही राहणार नाही. मानवाच्या जीवन जगण्याच्या प्रक्रियेतील 'सामाजिक संबंध' ही सगळ्यात महत्त्वाची बाब आहे. व्यक्तीने कोणत्या वेळी, कोणाशी अन् कशा प्रकारचे संबंध ठेवावेत, याविषयी जी विशिष्ट व्यवस्था निर्माण झालेली असते, तिला सामाजिक संबंधांची व्यवस्था असे म्हणता येईल. या वेगवेगळ्या प्रकारच्या सामाजिक संबंधांवरच सामाजिक संस्था अवलंबून असतात.

व्यक्ती समाजात आपल्या विविध प्रकारच्या गरजा पूर्ण करण्यासाठी राहतात. या गरजा समाजातच अन् समाजमान्य मार्गानेच पूर्ण व्हाव्या लागतात. सामाजिक

संस्था ह्या अनेक गरजा एका छताखाली पूर्ण करण्याचे महत्त्वाचे काम करतात. ज्याप्रमाणे प्रवासात विविध स्टेशने पार केल्याशिवाय व्यक्तीला आपल्या नियोजित स्थळी जाता येत नाही, त्याचप्रमाणे विवाहसंस्था, राज्यसंस्था, कुटुंबसंस्था, शिक्षणसंस्था, अर्थसंस्था, धर्मसंस्था हे सगळे थांबे व्यक्तीच्या आयुष्यात लागतात अन् ते ओलांडल्याशिवाय परिपूर्ण सामाजिक जीवन जगता येत नाही. याचसाठी व्यक्तीच्या जीवनात सामाजिक संस्था महत्त्वाची भूमिका पार पाडतात, असे म्हणावे लागेल. सामाजिक संबंध हे व्यक्ती आणि प्रसंगानुसार बदलणारे असावे लागतात. एकाच व्यक्तीला सर्व व्यक्तींच्या बाबतींत समान सामाजिक संबंध ठेवता येत नाहीत. एकच व्यक्ती तिच्या वडिलांसमोर मुलगा असेल, पत्नीसमोर पती असेल, पुत्रासमोर पिता असेल, मित्रासमोर मित्र असेल, एखाद्या कारखान्यात इंजिनिअर असेल. या सर्व ठिकाणी तिला वेगवेगळे सामाजिक संबंध ठेवावे लागतील म्हणजेच व्यक्तीचा ठरावीक वेळी जो ठरावीक दर्जा असेल, त्याचप्रमाणे तिला तिच्या वागण्याच्या पद्धतीमध्ये पर्यायाने सामाजिक संबंध ठेवण्याच्या प्रकारामध्ये बदल करावा लागेल.

दर्जा आणि भूमिका या केवळ व्यक्तीच्या जीवनातील नव्हे, तर समाजशास्त्रातीलदेखील महत्त्वाच्या संकल्पना आहेत. दर्जा म्हणजे एखाद्या विशिष्ट वेळी, विशिष्ट व्यक्तीला, विशिष्ट प्रसंगी मिळालेले स्थान आणि हे स्थान नेहमी बदलणारे असते. या बदलणाऱ्या स्थानाबरोबर व्यक्तीला करावयाची अपेक्षित कार्येही बदलतात. या अपेक्षित कार्याला उद्देशून भूमिका म्हणता येईल. प्रत्येक व्यक्तीला दिवसभरात विविध दर्जे मिळतात आणि त्या दर्जांशी संबंधित वेगवेगळ्या भूमिका व्यक्तीला पार पाडाव्या लागतात. या भूमिका नेमक्या कोणत्या असाव्यात, हे सांगण्याचे महत्त्वाचे कार्य सामाजिक संस्था करताना दिसतात.

मानवाच्या असंख्य गरजा आहेत व त्या समान पातळीवर व समानतेने जर पूर्ण झाल्या, तरच व्यक्तीच्या वर्तनात एकवाक्यता येईल. प्रत्येक गरज कशी पूर्ण करावी, याची एक व्यवस्था समाजाला मान्य झालेली असते. उदा. भूक लागल्यानंतर भोजन कसे करावे, ह्याची पद्धत ठरलेली आहे. समान समाजात राहणारे लोक या समान पद्धतींचाच वापर करतात. परिणामी भूक लागल्यानंतर नेमके काय करावयाचे, याचा एक 'साचा' बनून जातो व हा 'साचा' समाजात राहणाऱ्या प्रत्येक व्यक्तीला आत्मसात करावा लागतो. कारण त्याच्याशिवाय सामान्य वर्तन (Normal behaviour) करता येत नाही. हे सामान्य वर्तन कोणत्या प्रकारचे असावे, हे व्यक्तीला सांगण्याचे महत्त्वाचे कार्य संस्था करताना दिसून येतात. एकदा समाज अस्तित्वात आला की,

त्याचे अस्तित्व टिकविणे महत्त्वाचे आहे व हे अस्तित्व टिकवून ठेवण्याचे महत्त्वाचे कार्य संस्थेतील नियम करताना दिसून येतात.

समाजातील निरनिराळ्या सामाजिक संस्थांची निर्मिती व्यक्ती आणि समाज यांच्या अस्तित्वाशी निगडित असलेल्या निरनिराळ्या गरजांची पूर्तता करण्यासाठी झालेली असते. सर्व मानव आणि समाज यांच्या काही गरजा सार्वत्रिक स्वरूपाच्या असल्याने त्यांची पूर्तता करण्यासाठी निर्माण झालेली विशिष्ट रचना प्रत्येक समाजात दिसून येते. अशा सार्वत्रिक स्वरूपाच्या सामाजिक संस्थांमध्ये कुटुंबसंस्था, विवाहसंस्था, राज्यसंस्था, धार्मिक संस्था, शिक्षणसंस्था, आणि धर्मसंस्था यांचा समावेश होतो. सर्व प्रकारच्या मानवी समाजांत या संस्था दिसून येतात. नियम असे की, जे मान्य असतात आणि त्या नियमांच्या बळावर वर्तनव्यवहारांचे साचे तयार होतात. असे अनेक साचे एकत्रित आल्यावर संस्था निर्माण होते. समाजाची आणि व्यक्तींची सर्वसाधारण गरज पूर्ण करण्याच्या हेतूने एकत्रित करण्यात आलेल्या संस्थीकृत सामाजिक संबंधांचा स्थिर असा समुच्चय म्हणजे सामाजिक संस्था होय.

संस्थाअंतर्गत सामाजिक संबंधांनी परस्परांशी जोडल्या गेलेल्या व्यक्ती विशिष्ट प्रकारे वागून विशिष्ट अशी कर्तव्ये पार पाडतात. या त्यांच्या वर्तनाद्वारे समाजाच्या व त्यांच्या स्वतःच्या काही महत्त्वाच्या गरजांची पूर्तता केली जाते. सामाजिक संस्था ही विविध प्रकारच्या सामाजिक संबंधांनी मिळून तयार झालेली असते. हे सगळे नियम अमूर्त असतात. पण या नियमांच्या आधारे व्यक्तीच्या ज्या कृती होतात, त्या मात्र मूर्त असतात. थोडक्यात व्यक्तीच्या अमूर्त भावनांना मूर्त कृतीचे स्वरूप देण्याचे कार्य या संस्थांच्या द्वारेच पार पाडले जाते. समाजशास्त्रामध्ये संस्था हा शब्द व्यापक अर्थाने वापरला जातो.

काही समाजशास्त्रज्ञांनी 'संस्थेच्या' शास्त्रोक्त व्याख्या केलेल्या आहेत.

गिलीन आणि गिलीन यांच्या मताप्रमाणे, 'सामाजिक संस्था या सांस्कृतिक साच्याचे कार्यान्वित असलेले रूप आहे. कृती, कल्पना, धारणा व सांस्कृतिक साधने यांचा सांस्कृतिक साच्यामध्ये अंतर्भाव होतो. सामाजिक संस्था या सापेक्षतः स्थायी असून गरजांच्या पूर्ततेसाठी त्यांचा उपयोग केला जातो.'

(A social Institution is functional configuration of culture pattern (including actions, ideas, attitudes and cultural equipments.) which possess a certain permanence and which is intended to satisfy felt social needs. - Gillin & Gillin.)

ऑगबर्न आणि निमकॉफ संस्थेबद्दल म्हणतात, ''सामाजिक संस्था म्हणजे प्रस्थापित आणि संघटित मार्गांनी मानवाच्या मूलभूत गरजांची पूर्तता करणारी व्यवस्था होय.''

Social institutions are organized and established ways of satisfying certain basic human needs. - Ogburn & Nimkoff.

प्रत्येक मानवी समाजाची एक संस्कृती असते आणि मानवाचे आपल्या संस्कृतीवर प्रेम असते. जगण्या-वागण्याचे आणि लहान-लहान वर्तनाचे नियमसुद्धा संस्कृतीवर आधारलेले असतात. संस्था ह्या संस्कृतीचाच एक भाग आहेत. संस्कृतीमध्ये लोकाचार, लोकरूढी, परंपरा, आचारविचार यांचा समावेश होतो, तर संस्थेमध्ये या सर्वांमधील नियमांचा समुच्चय एकत्रित झालेला असतो. एका व्यापक गरजेच्या संदर्भात त्या गरजेचे अनेक लहान-लहान परस्परसंबंधित भाग करून ते सगळे भाग क्रमाक्रमाने पूर्ण करणे, हे संस्थेत अपेक्षित आहे.

संस्थांमध्ये परिवर्तन होते. पण ते अतिशय मंद गतीने होते. इतर सामाजिक व्यवस्थेप्रमाणे संस्थांमध्ये वेगाने बदल होत नाहीत. कारण समाज जरी बदलला, तरी प्रत्येक व्यक्तीच्या मूलभूत गरजा मात्र त्याच असलेल्या दिसून येतात. त्या पूर्ण करण्याच्या पद्धतीमध्येही फारसा बदल घडून येत नाही. उदा. व्यक्तीने विवाह करण्याची गरज तेव्हाही होती आणि आजही आहे, तर व्यक्तीच्या पालनपोषणाची गरज ही सदासर्वकाळ कुटुंबसंस्थेद्वारेच पूर्ण होणारी आहे म्हणजेच जोपर्यंत गरजा बदलत नाहीत, तोपर्यंत समाजातील संस्था कायम असतात. भारतीय समाजाचा विचार केल्यास असे सांगता येईल की, गेल्या शंभर वर्षांत भारतातील विविध क्षेत्रांत असंख्य बदल झाले अन् हे झालेले बदल लोकांनी स्वीकारलेही. परंतु संस्थांचे स्वरूप जसे आहे, तसेच राहावे, अशी लोकांचीच प्रामाणिक इच्छा असलेली दिसून येते. समाजातील लोक संस्थांबद्दल बरेचसे भावनात्मक असतात म्हणजे व्यक्तीच्या गरजा आणि व्यक्तीच्या भावना यांचा संगम सामाजिक संस्थांत झालेला दिसून येतो. संस्थांतील मूल्ये आणि प्रमाणकांबाबत व्यक्ती हळव्या असतात. शक्यतो मूल्यांचे उल्लंघन करून जीवन जगू नये, अशी व्यक्तीची इच्छा असते. एका प्रकारचे सांस्कृतिक पश्चायन (Cultural Lag) संस्थांत चाललेले असते. जुन्यांचा त्याग करता येत नाही आणि नव्यांचा स्वीकारही होत नाही, अशा चमत्कारिक अवस्थेत कधी-कधी संस्था सापडलेल्या दिसून येतात. परिवर्तन होत नाही, असे नाही. पण संस्थांमध्ये होणाऱ्या परिवर्तनाची गती अतिशय मंद असते. उदा. धर्मसंस्कार, विवाहसंस्कार, अंधश्रद्धा,

विविध प्रकारच्या श्रद्धा यांचे प्रमाण सध्याच्या प्रचंड विज्ञानवादी समाजातसुद्धा कायम टिकून असलेले दिसून येते. व्यक्तीच्या जीवनाचे संस्थीकरण होण्याची प्रक्रिया समाजात चाललेली असते. बहुतांश व्यक्तींनाही हे संस्थीकरण मनापासून सापडलेले दिसून येते.

व्यक्तीला पडलेल्या सगळ्या प्रश्नांचीच काही ना काही उत्तरे संस्थांच्या प्रमाणकांमध्ये सामावलेली असतात. उदा. गूढ आणि अज्ञात प्रश्नांची उत्तरे धर्मसंस्थेद्वारे दिली जातात. संस्था ह्या अमूर्त पातळीवरच्या विचारांवर आधारित असल्या, तरी त्या आधारे होणाऱ्या कृती मात्र मूर्त पातळीवरच्या असतात. अगोदर व्यक्तीच्या मनात विचार निर्माण होतात आणि त्याचे पर्यवसान कृती होण्यामध्ये होते. या कृतीसाठी भौतिक साधनांचा वापर केला जातो. दैवी विचार ही अभौतिक गरज मानली, तर प्रत्यक्ष मंदिर किंवा मूर्ती या भौतिक साधनांशिवाय अभौतिक भावनेला पूर्तता येत नाही.

प्रत्येक संस्थेची स्वतःची अशी काही प्रतीके असतात. प्रतीकांच्या माध्यमातून व्यापक विचार व्यक्त करण्याची सोय असते व विचारांपेक्षा लोकांना प्रतीकांचे आकलन वेगाने होते. उदा. मंगळसूत्र हे स्त्रीचा विवाह झाल्याचे प्रतीक आहे. एखादी लग्नपत्रिका हे विवाहसंस्थेचे प्रतीक आहे, तर मंदिर किंवा मूर्ती हे धर्मसंस्थेचे प्रतीक आहे.

सामाजिक संस्था सामाजिक चलनवलनासाठी अत्यंत आवश्यक आहेत. त्या व्यक्तीवर्तनात सहजता आणतात. तसेच व्यक्तीवर नियंत्रण ठेवण्याचे महत्त्वाचे कार्यही संस्था करताना दिसतात. ठरावीक समाजातील सांस्कृतिक संघटन कायम ठेवण्याचे कार्य संस्था करीत असतात. मानवी शरीरात ज्याप्रमाणे विविध रक्तवाहिन्या शरीराच्या सर्व भागांना रक्तपुरवठा करून शरीराचे सर्व अवयव जिवंत ठेवण्याचे कार्य करतात, त्याचप्रमाणे सामाजिक संस्था ह्या समाजाच्या रक्तवाहिन्या आहेत. सगळ्या सामाजिक स्तरांमध्ये जिवंतपणा ठेवून सामाजिक अस्तित्व अबाधित राखण्याचे महत्त्वपूर्ण कार्य सामाजिक संस्था पार पाडतात, म्हणूनच संस्थांच्या अध्ययनाला समाजशास्त्रामध्ये महत्त्वाचे स्थान आहे.

७

व्यवस्था आणि समस्या

समाजाची व्यवस्था म्हणजेच सामाजिकदृष्ट्या जीवन जगण्याची व्यवस्था. मूल्यव्यवस्था ही प्रत्येक समाजाचा कणा असते. समाजात प्रचलित असणाऱ्या अत्यंत व्यापक प्रमाणकांना मूल्य असे म्हणतात. समाजामध्ये विविध प्रकारच्या संस्था व्यक्तीने जीवन कसे जगावे, याविषयी मार्गदर्शन करण्यासाठी अस्तित्वात आलेल्या असतात. संस्था म्हणजे विशिष्ट संबंधांचे निर्धारण करणाऱ्या प्रमाणकांची सापेक्षतः स्थिर व्यवस्था होय. व्यवस्था (System) या शब्दाचा जो अर्थ आपण सामान्य व्यवहारात घेतो, त्याच अर्थाने हा शब्द समाजशास्त्रात वापरला जातो. एखाद्या व्यक्तीला आपण विचारतो की, मुलाच्या शिक्षणाची व्यवस्था झाली काय? या प्रश्नात दोन महत्त्वाच्या गोष्टी अंतर्भूत आहेत आणि त्या म्हणजे मुलाला शिक्षण देणे आवश्यक आहे आणि त्यासाठी पैसा लागणार आहे. याचाच अर्थ असा की, ज्या गोष्टी गृहीत धरलेल्या आहेत, त्यांनाही उद्देशून व्यवस्था असे म्हणावे लागेल. एखादी समस्या निर्माण होणे म्हणजे व्यवस्थेचे रूपांतर अव्यवस्थेत होणे होय. एकच गरज पूर्ण करण्याची ठरावीक क्रिया जेव्हा सर्व व्यक्ती सारख्या पद्धतींनी अन् वर्षानुवर्षे तशीच करतात, तेव्हा त्या रचनेला उद्देशूनही 'व्यवस्था' हाच शब्द वापरावा लागेल. व्यवस्था या शब्दाचा आणखी एक अर्थ म्हणजे त्या गोष्टीतील घटकांचा

असलेला परस्परसंबंध होय. व्यवस्थेमध्ये प्रत्येक घटक संपूर्ण रचनेशी विशिष्ट पद्धतीने जोडलेला असतो. व्यवस्था कोणतीही असो, तिच्या घटकांमध्ये सुसंवाद भरलेला असतो. 'समाजव्यवस्था' या शास्त्रीय संकल्पनेबाबत टी.पारसन यांचा 'The Social System' हा ग्रंथ प्रमाणभूत मानला जातो. पारसनच्या मताप्रमाणे अनेक क्रियाशील व्यक्ती एकत्रित येऊन व्यवस्था बनवितात. या क्रियाशील व्यक्ती परस्परांपासून काहीतरी समाधान मिळविण्याच्या भावनेने प्रेरित झालेल्या असतात आणि त्याच भावनेतून त्या एकमेकांशी आंतरक्रिया करतात.

पारसनच्या मते, 'सामाजिक व्यवस्था म्हणजे दोन किंवा अधिक व्यक्तींच्या क्रियांचीच व्यवस्था असली, तरी भूमिका हे समाजव्यवस्थेचे प्रमुख अंग आहे.'

व्यक्ती आपल्या विविध प्रकारच्या गरजांच्या पूर्ततेसाठी एका समाजात राहतात व असे सामुदायिक जीवन जगत असताना प्रत्येक व्यक्तीला स्वतःच्या गरजा स्वतःच्या मनाला वाटेल त्या पद्धतीने पूर्ण करता येत नाहीत, तर साचेबद्ध वर्तनपद्धतीच्या माध्यमातून वर्तन ठेवीत व्यक्तीला गरजांची पूर्तता करावी लागते. वेगवेगळ्या प्रकारच्या आंतरक्रिया, सूत्रबद्धपणा, काही उद्दिष्टे, तडजोड ही सगळी समाजव्यवस्थेची वैशिष्ट्ये आहेत. समाजात राहणाऱ्या व्यक्तीला आपल्या इच्छा-आकांक्षा स्वतःच्या मर्जीने पूर्ण करता येत नाहीत, तर प्रत्येक गरज कोणी, कशी पूर्ण करावी, याचीच एक साचेबद्ध व्यवस्था बनलेली असते. तिचे पालन प्रत्येकाला करावे लागते. इथूनच खऱ्या अर्थाने व्यक्तीवर समाजाचे नियंत्रण प्रस्थापित व्हावयास सुरुवात होते. लहान वयापासूनच समाजव्यवस्थेचे संस्कार व्यक्तीवर केले जातात आणि व्यवस्थेची जी चौकट ठरलेली आहे, त्या चौकटीच्या बाहेर व्यक्तीचे वर्तन जाणार नाही, याची काळजी समाजातील ज्येष्ठ मंडळी आणि नियंत्रण ठेवणारे घटक घेत असतात. सर्वच व्यक्ती जर व्यवस्थेच्या नियमानुसार वागल्या, तर उद्दिष्टांची पूर्तता अन् अनुकूलन साधून सर्वांनाच परस्परांमध्ये समन्वय स्थापन करणे शक्य होते. समन्वयासाठी परस्परांवर आधारित क्रिया असाव्या लागतात व त्यासाठी सहकार्याची संघटनात्मक प्रक्रिया असणे आवश्यक आहे. आपले सहकार्य एकमेकांसाठी आवश्यक आहे, ही भावना व्यक्तीच्या मनात निर्माण करण्याचे कार्य व्यवस्था करते.

प्रत्येक समाजाची व्यवस्था त्या समाजाच्या संस्कृतीवर आधारलेली असते. संस्कृतीप्रमाणे केवळ गरजाच बदलत नाहीत, तर त्या पूर्ण करण्याची साधनेही बदलतात. समाजातील लोकांना समाजाच्या व्यवस्थेत राहूनच आपल्या गरजा किंवा आवश्यकता पूर्ण करण्याची सवय लागते. व्यवस्थेत राहण्यासाठी आणि त्या व्यवस्थेतून

बाहेर पडण्याची वेळ येऊ नये म्हणून लोक वेगवेगळ्या तडजोडी करून व्यवस्था आत्मसात करताना दिसून येतात. 'व्यवस्थांचे आत्मसातीकरण' हाच व्यक्तीच्या आयुष्यातील प्रमुख भाग होऊन बसतो आणि कालांतराने त्या व्यवस्थेच्या चौकटीतच गरजा पूर्ण करण्याची सवय व्यक्तीला लागते. व्यवस्थेअंतर्गतच ती कायम राखणारी प्रक्रियाही कार्यरत असते. जुनी मूल्ये कायम राहावीत, असे वाटणारा एक मोठा गट प्रत्येक समाजात असतो. त्यांतून नवीन गोष्टींना समाज स्वीकारतो. पण जुन्या गोष्टीही नष्ट न होता टिकून राहतात. याही कारणामुळे समाजात समस्या निर्माण होतात.

समाजात जीवन जगणाऱ्या लोकांची जुनी विचारसरणी नष्ट होत नाही अन् त्यांना नवीन विचारसरणी स्वीकारण्यातही त्रास निर्माण होतो. त्यामुळे व्यक्ती भांबावून जाते आणि समस्याग्रस्त परिस्थितीत जीवन जगत राहते. 'सांस्कृतिक पश्चायन' या संकल्पनेअंतर्गत ऑगबर्न या विचारवंताने याचे सुंदर विवेचन केलेले आहे. जेव्हा समाजाचा विकास होतो, तेव्हा समाजात गरजा पूर्ण करण्याचे विविध पर्यायही निर्माण होतात. परिणामी व्यक्तीला आपल्या सामाजिक दर्जाप्रमाणे आणि मिळणाऱ्या पैशाप्रमाणे आपल्या गरजा भागविणे शक्य होते. समाजात सतत नवीन विचार येत राहतात. त्यांचा वेग जास्त असतो. पण त्या तुलनेने जुने सामाजिक विचार मात्र नष्ट होत नाहीत आणि व्यक्तीला समस्यांचा सामना करावा लागतो. सामाजिक संघटन म्हणजे समाजाने स्वीकारलेली सामाजिक व्यवस्था होय. या सामाजिक व्यवस्थेत जर कोणत्याही प्रकारे अडचणी निर्माण झाल्या, तर सामाजिक संघटनेचे रूपांतर सामाजिक विघटनामध्ये होते. विघटनकारी स्थिती ही समस्या निर्माण होण्यास अनुकूल स्थिती असते. तसा विचार केल्यास असे म्हणता येईल की, जगातील असा कोणताही समाज नाही, जो समस्याग्रस्त नाही. कारण समाजात कोणतीही व्यवस्था कधीही कायम स्वरूपात राहत नाही. परिवर्तनाची प्रक्रिया कोणत्याही व्यवस्थेत अटळ असते. जेव्हा समाजातील लोक परिवर्तनाशी समायोजन करू शकत नाहीत, तेव्हा विघटनाची प्रक्रिया सुरू होते. सोप्या शब्दांत विघटनाचा अर्थ असा सांगता येईल की, जे संघटन नाही, ते विघटन होय. विघटन म्हणजे रचना किंवा पद्धती विस्कळीत होणे किंवा तुटणे. समाजाचे महत्त्वाचे घटक व्यक्ती व समूह हे आहेत. विघटनामुळे समुदायातील सभासदांमध्ये उद्दिष्टांबाबत मतभेद होऊन सामूहिक ऐक्याला तडा जातो. त्यामुळे समूहाच्या रचनेतील सामंजस्य नष्ट होते.

समाजव्यवस्थेत सामान्यपणे दोन प्रकारचे गट असतात. त्यांनाच प्रतिगामी आणि पुरोगामी गट असे म्हटले जाते. समाजातील जुनी मूल्ये कायम राहावीत, असे मानणाऱ्या प्रतिगामी लोकांचा गट 'जुने ते सोने' या उक्तीप्रमाणे वागणारा असतो.

हा गट नव्यांना नेहमी विरोध करतो, तर पुरोगामी लोकांचा गट नव्याचा स्वीकार करावयास नेहमी आसुसलेला असतो आणि या नव्या-जुन्याच्या संघर्षातही समाजात समस्या निर्माण होताना दिसून येतात.

कोणत्याही समाजात कधीही पूर्णतः नवी किंवा पूर्णतः जुनी अशी समाजव्यवस्था अस्तित्वात नसतेच, तर अस्तित्वात असते ती नव्या-जुन्या मूल्यांची संमिश्र व्यवस्था. अशी संमीश्र व्यवस्था दीर्घकाळ टिकून राहणे, हे समाजाच्या स्वास्थ्यासाठी धोकादायक असते. धड जुने नाही अन् धड नवेही नाही, अशा दुष्टचक्रात जर समाज सापडला, तर व्यवस्था धोक्यात येऊन अव्यवस्था निर्माण होते.

सी.एम. केस यांनी समस्यांची व्याख्या करताना असे म्हटले आहे की, समाजातील बहुसंख्य जबाबदार निरीक्षकांची योग्य अशी तडजोड करण्यासाठी आणि सामाजिक इलाज करण्यासाठी जी परिस्थिती लक्ष वेधून घेत असते, तिला सामाजिक समस्या असे म्हणतात.

Any social situation which attracts the attention of a considerable number of competent observers within a society, and appeals to them as calling for readjustment or remedy by social, i.e., collective action of some kind or another. - C. M. Case

रॉबर्ट निस्बेट या समाजशास्त्रज्ञाने समस्येची व्याख्या करताना असे म्हटले आहे की, समाजातील लक्षात घेण्याजोग्या व्यक्ती जेव्हा समाज स्विकृत व्यवहारप्रणालीचा भंग करतात आणि त्यांचे गंभीर परिणाम बहुसंख्य समाजसदस्यांना भोगावे लागतात, तेव्हा त्या प्रमाणबद्ध नसलेल्या वर्तनास सामाजिक समस्या असे म्हणतात.

Social problems, we have defined as breakdowns or deviations in social behaviours, involving a considerable number of people, which are of serious concern to many members of the society in which the aberrations occur. - Robert Nisbet.

वरील दोन्ही व्याख्यांचा विचार करून सामाजिक समस्यांबद्दल असे म्हणता येईल की, सामाजिक समस्येला मानसिक आणि भौतिक अशा दोन बाजू असतात. व्यक्तीच्या मनावरील ताण, भावनिक ताण या सामाजिक समस्यांच्या मानसिक बाजू म्हणून सांगता येतील, तर या समस्यांची व्याप्ती, त्यांचे प्रमाण किंवा समाजातील

प्रसाराचे प्रमाण या त्याच्या भौतिक बाजू मानता येतील.

सामाजिक समस्येबद्दल खालील काही मुद्दे महत्त्वपूर्ण म्हणून सांगता येतील-

१) सामाजिक समस्या या त्रासदायक किंवा एखाद्या रोगासारख्या असतात व त्या व्यक्ती आणि समाज यांच्या विकासाला मारक असतात.

२) सामाजिक समस्यांच्या मानसिक व भौतिक परिणामांमुळे आवश्यक ती उद्दिष्टे साध्य करण्याच्या मार्गात अडथळे निर्माण होतात.

३) सामाजिक समस्यांची जाणीव होण्यासाठी गटजागृती किंवा लोकांची जागृती आवश्यक असते.

४) सामाजिक समस्या नष्ट होऊन योग्य परिस्थिती निर्माण होण्यासाठी समाजात रचनात्मक बदल तसेच पर्यावरणात सुधारणा करण्याची गरज असते.

सामाजिक समस्या या सर्व प्रकारच्या व्यवस्थांमध्ये अटळपणे निर्माण होत असल्या, तरी त्या निर्माण झाल्यानंतर त्या व्यवस्थेतील सर्वसामान्य लोक त्याचा त्रास सहन करतात. व्यवस्थेतील बहुसंख्य लोकांना समाजात समस्या तर नको असतात. पण त्या दूर करण्यासाठी काही करावे, असे वाटत नाही. सर्वसामान्य व्यक्तींना जीवन जगण्याच्या प्रक्रियेत कोणत्याही कारणाने संघर्ष नको असतो. त्यामुळे बहुसंख्य लोक निर्माण झालेल्या समस्या सहन करतात व समस्यांसहित जीवन जगण्याचा प्रयत्न करतात. याचा परिणाम असा होतो की, त्या समस्या समाजात तशाच राहतात व लोकांच्याही त्या सवयीच्या होतात. एकदा त्या समस्यांची सवय झाल्यानंतर व्यवस्थेतील लोक त्या समस्येसाठी स्वतःला तयार ठेवतात. परिणामी मग ती समस्या ही समस्याच राहत नाही, तर ती त्या समाजाच्या व्यवस्थेचाच एक भाग बनते. अशा तऱ्हेने समस्यांचे व्यवस्थीकरण होत जाते.

प्रदीर्घ काळापर्यंत जर समाजात एखादी समस्या असली, तर लोकांना ती समस्याच व्यवस्था वाटायला लागते. याचे उदाहरण भारतातील 'हुंडापद्धती' या समस्येचे देता येईल. भारतीय समाजव्यवस्थेत बहुसंख्य जातींमध्ये मुलीच्या विवाहासाठी मुलाच्या पक्षाला वरदक्षिणा म्हणून काही रक्कम द्यावी लागते. वास्तविक हुंडा प्रतिबंधक कायदा (Dowry Prohibition Act - 1961) हा कायदा १९६१ सालीच संमत झाला. त्यानुसार कोणत्याही एका पक्षाने दुसऱ्या पक्षाला हुंडा म्हणून स्थावर किंवा जंगम मालमत्ता देणे, हे कायदाविरोधी आहे. पण सामाजिक परंपरेच्या प्रभावामुळे या समस्येला लोक व्यवस्था मानताना दिसून येतात.

८

नियंत्रणाची प्रक्रिया

व्यक्ती असो किंवा समाज असो, काही बाबतींत नियंत्रण असल्याशिवाय त्या घटकांचे अस्तित्व टिकून राहू शकत नाही.

सामुदायिकरीत्या समाजात जेव्हा लोक जिवंत राहतात व त्या आधारावर परस्परांशी सामाजिक संबंध ठेवतात, तेव्हा ते सामाजिक संबंध कशा प्रकारे असावेत, याची एक संरचना प्रत्येक सामाजाने बनवलेली असते आणि या संरचनेच्या अंतर्गतच जर व्यक्तीच्या क्रिया घडल्या, तरच समाजाचा एकजिनसीपणा कायम टिकून राहतो. प्रत्येक व्यक्ती जरी स्वतंत्ररीत्या जीवन जगताना दिसत असली, तरी तिचे बहुतांश व्यवहार ठरलेल्या संरचनेप्रमाणेच होताना दिसून येतात. दिसायला प्रत्येक व्यक्ती वेगळी दिसत असली, तरी ती आतून समाजातल्या घटकांशी जोडलेली असते.

समाज ही संकल्पना जाणून घेताना हे लक्षात घेतले पाहिजे की, केवळ गर्दी म्हणजे समाज नाही किंवा लोक एकत्र आले म्हणजे समाज निर्माण होत नाही. जोपर्यंत लोकांमध्ये सामाजिक संबंधाची व्यवस्था निर्माण होऊन ते परस्परांशी मनापासून अदृश्य रूपाने बांधले जात नाहीत, तोपर्यंत समाज निर्माण होत नाही. लोक समाजात स्वतःच्या गरजा सामुदायिकरीत्या पूर्ण करण्यासाठी राहतात. प्रत्येक गरज कोणत्या पद्धतीने निर्माण व्हावी व निर्माण झालेली गरज कशा तऱ्हेने पूर्ण करावी,

याची प्रत्येक समाजात व्यवस्था ठरलेली असते. सामाजिक संबंधांमध्ये समानता आवश्यक आहे. एकाच समाजात राहणाऱ्या सर्व व्यक्तींची गरजा पूर्ण करण्याची पद्धती समान असते. कारण कोणती गरज कशी पूर्ण व्हावी, याचा एक साचा ठरलेला असतो. या अर्थी लोकांचे वर्तन साचेबद्ध असते, असे म्हणावे लागेल. एकाच समाजात राहणारे सर्व लोक गरजपूर्तीचा तो साचा आत्मसात करतात. या आत्मसातीकरणाच्या प्रक्रियेलाच सामाजिकीकरण असे म्हटले जाते. ठरलेल्या साचेबद्ध वर्तनाशिवाय वेगळ्या प्रकारचे वर्तन जर व्यक्तीने केले, तर त्यांतून समाजाची चौकट मोडकळीला येऊन समाजाचा एकसंधपणा धोक्यात येण्याची शक्यता वाढलेली असते, म्हणून व्यक्तीवर्तन कोणत्याही परिस्थितीत चौकट सोडून जाणार नाही, याची काळजी सामाजिक नियंत्रणाच्या साधनांच्या माध्यमातून समाजात घेताना दिसली जाते. प्रत्येक समाजाची स्वतःची मूल्ये असतात. वेळोवेळी ही मूल्ये व्यक्तीला मार्गदर्शन करून तिला समाजातच टिकवून ठेवण्यात मदत करताना दिसून येतात.

गरजा पूर्ण करण्याच्या संदर्भात समानता आवश्यक आहे. स्वतःच्या गरजा पूर्ण करण्याच्या प्रयत्नांत आपण दुसऱ्याच्या गरजपूर्तीच्या आड येणार नाही, याची काळजी प्रत्येक व्यक्तीने घेणे आवश्यक आहे. याचसाठी समाजात मुद्दाम सामाजिक नियंत्रणाची साधने निर्माण केली जातात व त्याद्वारे लोकांवर एक प्रकारचा धाक प्रस्थापित करण्याचा प्रयत्न केला जातो. याचा अर्थ समाजातील लोक एकाच पद्धतीने विचार करणारे असतात, असे नाही, तर लोकांत वैविध्य आहे. कार्यक्षमता, कौशल्य, गट, जात, वंश, धर्म या आधारावर हे विविध भेदाभेद आहेत. व्यक्ती – व्यक्तींत ग्रहण करण्याच्या क्षमतेत विविधता असल्याने प्रत्येकाचा एक दुसऱ्यासंबंधीचा दृष्टिकोन पूर्वग्रहदूषित असण्याची शक्यताही आहे. निरनिराळ्या समूहांच्या श्रद्धा, सामाजिक मूल्ये, धार्मिक मते, आचार इ. बाबतींत फरक दिसून येतो. समाजात दिसणारे वैयक्तिक आणि सांस्कृतिक स्वरूपाचे भेद अतिशय तीव्र झाल्यास त्याचा सामाजिक एकीकरणाच्या प्रक्रियेवर विपरित परिणाम होतो. कोणत्याही समाजातील ऐक्यभावना टिकून राहणे, हे त्या समाजाच्या अस्तित्वाच्या दृष्टीने अत्यंत आवश्यक आहे, म्हणून विविध प्रकारच्या व्यक्तिमत्त्वाचे लोक समाजात असूनदेखील व्यक्तीला स्वतःच्या मनाप्रमाणे वागता येत नाही, तर सामाजिक प्रमाणकांना मान्य असणारे वर्तन करावे लागते. याचसाठी सामाजिक नियंत्रण ही पराकोटीची आवश्यक बाब झाली आहे.

समाजातील लोकांमध्ये एकता निर्माण करून ती टिकविण्याचा प्रयत्न करण्यासाठी सामाजिक नियंत्रण आवश्यक असते. समाजातील विविध समूहांमध्ये एकात्मता

निर्माण झाल्याशिवाय सामाजिक एकतेची कल्पनाच करता येत नाही. सामाजिक नियंत्रणामुळे समाजातील निरनिराळ्या घटकांमध्ये सामंजस्य निर्माण होते व समाजाचे संघटन कायम राहते. त्याचबरोबर समाजात 'बळी तो कान पिळी' अशी अवस्था निर्माण होऊ नये, यासाठी ही नियंत्रणप्रणाली महत्त्वाची आहे. समाजातील लोकांमध्ये वेगवेगळ्या स्तरावर विषमता असूनदेखील सर्वांनी एका समाजात राहावे, अशी अपेक्षा असते आणि ही अपेक्षा नियंत्रणाच्या साधनांमुळे पूर्ण होते.

समाजरचना कोणत्याही प्रकारची असो, त्यात सामाजिक नियंत्रणाची आवश्यकता असतेच. समाजातील व्यक्तीव्यक्तींमध्ये अनेक स्वरूपाचे भेद असतात. समाजाच्या सवयी, रूढी-परंपरा इत्यादींशी जुळवून घेण्यात व्यक्तीनुरूप कमीअधिक फरक आढळतो. निरनिराळ्या समूहाच्या श्रद्धा, सामाजिक मूल्ये, आचारविचार याबाबतीत फरक दिसून येतो. समाजामध्ये वैयक्तिक आणि सांस्कृतिक स्वरूपाचे भेद अतिशय तीव्र झाल्यास त्याचा सामाजिक एकीकरणाच्या प्रक्रियेवर विपरित परिणाम होतो.

आधुनिक समाजात सामाजिक नियंत्रणाच्या साधनांची आवश्यकता पूर्वीच्या समाजापेक्षाही व्यापक प्रमाणात निर्माण झालेली आहे. भारतीय समाजात वेगवेगळ्या धर्मांचे, जातींचे व संप्रदायांचे लोक राहतात. ते आपल्या परंपरा आणि आदर्शांच्या नियमांनुसार वर्तन करून स्वतःच्या समूहापुरती एकात्मता निर्माण करून राहतात. बरेचदा धर्म, जात आणि संप्रदायानुसार पवित्र-अपवित्रतेच्या आणि आदर्शा-अनादर्शाच्या कल्पना वेगवेगळ्या असतात. एका आणखी लक्षण भारतीय समाजाचे आहे आणि ते म्हणजे परस्परांबद्दलचा पूर्वग्रह व्यापक प्रमाणात आहे. परस्परांच्या मूल्यप्रमाणकांची पुरेशी आणि शास्त्रीय माहिती करून न घेता परस्परांवर टीकाटिप्पणी करून इथे असंख्य उद्रेक होतात आणि त्यांतून सामाजिक शांततेला तडे जातात. असे तडे जाऊ देणे कोणत्याही समाजासाठी परवडणारे नसते. त्यातून लोकांच्या समाजाबद्दलच्या वाटणाऱ्या सुरक्षिततेला आघात पोहोचतात, म्हणून सर्वांसाठी समान अशी एखादी नियंत्रण पद्धती निर्माण करून तिची प्रत्यक्ष अंमलबजावणी केल्याशिवाय समाजाचे अस्तित्व टिकून राहणे कठीण होते.

समाजातील प्रत्येक व्यक्तीला जीवन जगताना सामाजिक आणि मानसिक सुरक्षितता मिळावयास पाहिजे. 'हा सगळा समाज माझा आहे.' अशी आपुलकीची भावना व्यक्तीच्या मनात निर्माण झाल्याशिवाय ती समाजात राहणे शक्य नाही आणि राहिली तरी मुर्दाडपणाने जीवन जगेल. व्यक्ती केवळ जिवंत राहण्यासाठीच समाजात

राहत नाही, तर प्रत्येकाच्या जीवन जगण्यापासून काही अपेक्षा असतात. कशा प्रकारचे जीवन जगावे, याचे काही आराखडे असतात. व्यक्तीला नावलौकिक, पैसा इ. गोष्टी मिळविणेही आवश्यक वाटते. प्रत्येक समाज विकासाच्या प्रक्रियेत व्यक्तीपेक्षा पैशाला महत्त्व देणारा झालेला असतो. परिणामी सगळ्या गरजा जर व्यवस्थितपणे पूर्ण करावयाच्या असतील, तर व्यक्तीला कोणत्या ना कोणत्या माध्यमातून पैशाची तजवीज करणे आवश्यक असते. ही पैशाची तजवीज करण्यासाठी निर्माण झालेले वातावरण सर्वांसाठी समान पातळीवरचे राहील, याची व्यवस्था सामाजिक नियंत्रणाच्या साधनांच्या माध्यमातून करावी लागते.

समाजाच्या मान्यताप्राप्त नियमानुसार जीवन जगणाऱ्या लोकांना 'अनुसरण करणारे' असे म्हटले जाते, तर सामाजिक मान्यता नसलेल्या प्रमाणकांप्रमाणे वागणाऱ्यांना 'विषयगम' करणारे ही संज्ञा आहे. कोणत्याही समाजात अनुसरणात्मक वागणाऱ्यांची संख्या अधिक, तर विषयगमन करणाऱ्यांची संख्या कमी असते. पण विकासाच्या प्रक्रियेत जर विषयगमन करणाऱ्यांची संख्या वाढली, तर लोकांचा समाजाच्या चांगुलपणावरचा विश्वास उडून जाईल व असा विश्वास उडणे म्हणजे एक प्रकारचे अराजक निर्माण होणे होय. सामाजिक नियंत्रणाच्या साधनांना प्रभावी बनविण्यासाठी त्या साधनांवरचा लोकांचा विश्वास कायम राहील, हे पाहणे आवश्यक ठरते.

धर्म, नीती, प्रमाणके, जाती ही सगळी सामाजिक नियंत्रणाची अनौपचारिक साधने आहेत, तर कायदा, पोलीसयंत्रणा, कारागृहव्यवस्था ही औपचारिक नियंत्रणाची साधने आहेत. अनौपचारिक व औपचारिक सामाजिक नियंत्रण या दोन प्रकारच्या नियंत्रणाच्या साधनांचा तुलनात्मक अभ्यास करताना असे सांगता येईल की, यापैकी कोणत्या प्रकारचे नियंत्रण श्रेष्ठ दर्जाचे आहे व कोणत्या प्रकारचे कनिष्ठ आहे, अशी तुलना करणे व्यर्थ आहे. अनौपचारिक नियंत्रणाच्या साधनांचा व्यक्तीच्या व्यक्तिमत्त्वावर जबरदस्त प्रभाव असतो. सामाजिकीकरणाच्या माध्यमातून अशा प्रकारचे नियंत्रण व्यक्तींच्या मनावर रुजविले जाते व त्यांची कालांतराने वटवृक्षासारखी वाढ होते. रूढी, परंपरा, धर्म, जात या संकल्पना काही ठरावीक उद्देशाने निर्माण केल्या जातात. पिढ्यान्‌पिढ्या त्या हस्तांतरित होतात. अनौपचारिक साधनांमध्ये केवळ व्यक्तिगत स्वरूपाचा विचार नसतो, तर त्याद्वारे सामूहिक भावनेला आवाहन केले जाते.

परंतु जेव्हा समाज क्लिष्ट बनतो, गुंतागुंतीचा होतो, तेव्हा धर्म, रूढी, परंपरा, जात यांचे व्यक्तीमनावरील पर्यायाने समाजमनावरील प्राबल्य कमी होत जाते. व्यक्ती समुदायवादी न राहता व्यक्तीवादी बनतात. ज्या समाजात दर्जा हा व्यक्तीच्या

आर्थिकतेशी निगडित असतो, अशा समाजातील व्यक्तींना आटोक्यात ठेवण्यासाठी औपचारिक सामाजिक नियंत्रणाची साधने उदा. कायदा, पोलीसयंत्रणा, न्यायव्यवस्था, कारागृहव्यवस्था इ. मुद्दाम निर्माण करावी लागतात.

आज भारतीय समाजाचा विचार केल्यास असे सांगता येईल की, भारतीय समाजावर या दोन्हीही प्रकारांचा प्रभाव आहे. रूढी, परंपरा, धर्म यांचाही प्रभाव आहे. याशिवाय वैज्ञानिकतेमध्ये तसेच शहरीकरणाच्या प्रक्रियेमध्ये वाढ होत गेल्याने औपचारिक साधनेही महत्त्वाची बनलेली आहेत. सामाजिक नियंत्रणाची ही दोन्हीही साधने समाजव्यवस्थेमध्ये समांतर राहिली, तर समाजात अधिक चांगल्या प्रकारे सुव्यवस्था राखणे शक्य होईल.

९

भिक्षेकऱ्यांच्या समाजात!

समाजशास्त्रात ज्याप्रमाणे 'व्यवस्थेचा' अभ्यास होणे निकडीचे असते, त्याचप्रमाणे 'समस्यांचा' अभ्यास होणे, हे या विषयाअंतर्गत महत्त्वाचे मानले जाते. जेव्हा एखादी व्यवस्था अपेक्षित कार्याची पूर्तता करू शकत नाही, तेव्हा ती अव्यवस्थित होते आणि तिच्यात समस्या निर्माण होतात. अशा समस्या निर्माण झाल्यानंतर त्या सामाजिक इलाजानेच सोडवाव्या लागतात. प्रत्येक समाजात वेगवेगळ्या सामाजिक समस्या असतात, समस्याविरहित असा कोणताही समाज आढळून येत नाही.

सामाजिक समस्यांचे स्वरूप जटिल असते. त्यांचा संबंध थेट मानवी समाजाशी असतो. मानवी समाजातील जटिलता वाढली की, समस्यांचे स्वरूप बदलत जाते. असाही एक विचारप्रवाह आहे की, सामाजिक समस्या निर्माण झाल्यानंतर त्यांच्यावर सामुदायिकरीत्या उपाय शोधावे लागतात. पर्यायाने त्यांतून समाजाची प्रगती साधली जाते. एखाद्या समाजातील सामाजिक समस्यांची तीव्रता जेवढी जास्त असेल, तेवढा तो समाज लवकर प्रगती करेल, असे मानावयास हरकत नाही. मानवी समाजात निरंतर परिवर्तन होत असते. या परिवर्तन प्रक्रियेत समाजातील मूल्ये, प्रमाणकांमध्ये बदल होतो. पूर्वीच्या सामाजिक मूल्ये आणि प्रमाणकांत बदल झाल्यामुळे व्यक्तीव्यवहारांवर त्याचा प्रत्यक्ष परिणाम होतो. परिवर्तनाच्या काळात व्यक्तीच्या मनात, कोणत्या

प्रमाणकांना मान्यता द्यावी, याविषयीचा संघर्ष निर्माण होतो व यातून सामाजिक समस्यांचा जन्म होतो.

समाजशास्त्रामध्ये व्यवस्था आणि समस्या हे शब्द काळजीपूर्वक वापरले जातात. प्रत्येक समाजाची जगण्याची एक स्वतंत्र व्यवस्था असते. त्या व्यवस्थेमध्ये वेगवेगळ्या संस्था, समाजातील मूल्ये, अभिवृत्ती, विचार या सर्वांचा समावेश होतो. या सर्व बाबी अतिशय विचारपूर्वक ठरविल्या जातात व समाजातील सदस्य पिढ्यान्पिढ्या या व्यवस्थेअंतर्गत आपले सामाजिक व्यवहार करताना दिसून येतात. कारण एकदा विचारपूर्वक जीवन कसे घालवावे, याचे आराखडे ठरवून घेतल्यानंतर त्यात बदल घडवून आणणे कठीण असते. कारण एका घटकात झालेला बदल सर्व घटकांतील बदलांना कारणीभूत ठरतो व असा सर्वव्यापी बदल एकदम स्वीकारणे समाजातील लोकांना जड जाणे शक्य आहे.

भारतीय समाजात काही समस्याच अशा आहेत की, त्यांना समाजमान्यता मिळालेली असून त्या लोकांच्या जगण्याच्या व्यवस्थेचाच एक भाग झालेल्या आहेत. एखादी समस्या समाजात सातत्याने राहिल्यास तिची लोकांना सवय होते आणि ती लोकांच्या जीवन जगण्याच्या पद्धतीचाच एक भाग बनून जाते.

मी स्वतः 'भिकारी' या समस्येचा विचार केला, अभ्यास केला. भिकाऱ्यांच्या समाजजीवनाचा माझ्या बुद्धीनुसार आढावा घेतला, तेव्हा असे लक्षात आले की, फार मोठ्या संख्येने असलेला वर्ग हा समाजात भिकारी म्हणून जिवंत राहतो आहे. केवळ जिवंत राहणे या एकाच ध्येयाभोवती त्यांचे जीवन गुंफलेले आहे. रेल्वे स्टेशन, बसस्टँड, देवालये, बगीचे, काही सार्वजनिक ठिकाणे इथे भिकारी भीक मागताना दिसतात. या सगळ्यांच्या भीक मागण्याच्या पद्धतीही वेगवेगळ्या असतात. यात काही वावगे आहे, असेही आपल्याला वाटत नाही. उलट त्या ठिकाणी भिकारी असणारच, हे आपण गृहीत धरून चालतो.

'भिक्षा' मागणे ही एक प्रवृत्ती आहे. कारण काहीही श्रम न करता जर पोटापाण्याचा प्रश्न मिटत असेल, तर लोक आनंदाने भिक्षा मागताना दिसून येतात.

भिक्षेकरी किंवा भिकारी यांची समाधानकारक व्याख्या करणे कठीण आहे. सोप्या शब्दांत असे सांगता येईल की, जी व्यक्ती इतरांकडे कोणतीतरी याचना करते किंवा दान मागते किंवा निरनिराळे अंगविक्षेप, हालचाली करून लोकांची सहानुभूती मिळविण्याचा प्रयत्न करते, अशी व्यक्ती म्हणजे भिक्षेकरी होय. पूर्वीच्या संस्थानी कारभारात संस्थानिकांच्या विचारसरणीनुसार एखाद्या प्रकारची व्याख्या असायची.

त्याप्रमाणे म्हैसूर राज्यातील भिक्षावृत्ती प्रतिबंधक कायद्यानुसार भीक मागत दारोदार हिंडणे किंवा दान देणाऱ्याच्या मनात दया उत्पन्न होण्यासाठी जखमा उघड्या करणे किंवा इतर शारीरिक विकृतींचे प्रदर्शन करणे किंवा खोटे बोलणे ही सगळी लक्षणे भिक्षावृत्तीची आहेत.

Begging includes wandering from door to door, soliciting alms, soliciting or exposing sores, wounds, bodily ailments or deformities, or making false pretence of them for exciting pity for security alms.- Mysore prohibition of beggary act - 1954.

मुंबई भिक्षावृत्ती कायद्यानुसार, ज्या व्यक्तीजवळ स्वतःच्या उपजीविकेचे साधन नाही आणि जी दारोदार भिक्षा मागत भटकत असते किंवा सार्वजनिक ठिकाणी उभी असते किंवा भीक मागण्याचा उद्देश साध्य व्हावा, म्हणून स्वतःचे ओंगळ प्रदर्शन घडवत असते, त्या व्यक्तीच्या वृत्तीला भिक्षावृत्ती असे म्हणतात.

Beggary refers to the occupation of a person without means of subsistence and wandering about or found in public places or allowing himself to be used as exhibit for the purpose of begging. - The Bombay beggary act - 1948.

ज्या परिसरात आपण राहतो, तिथे विविध प्रकारचे भिक्षेकरी आपणांस दिसून येतात. भीक मागणारी लहान मुले, देवाचा फोटो समोर ठेवून भीक मागणारे, सार्वजनिक ठिकाणी आपल्या जखमांचे प्रदर्शन मांडीत भीक मागणारे भिकारी, म्हातारे भिकारी, रस्त्यात फिरून भीक मागणारे, गावातल्या कोणत्याही प्रसिद्ध देवस्थानाच्या समोर रांगेने बसून भीक मागणारे भिकारी इ. विविध प्रकारच्या भिकाऱ्यांनी हा समाज भरलेला आहे, असे म्हणता येईल. ज्यांच्याजवळ स्वतःच्या उपजीविकेचे कोणतेही साधन नाही किंवा जे चरितार्थासाठी पूर्णपणे इतरांवर अवलंबून आहेत, त्यांनाही भिक्षेकरी किंवा भिकारी म्हटले पाहिजे.

मी, समस्या आणि व्यवस्था या दोन संकल्पनांचा विचार करताना वर्गात सांगत होतो की, भिकाऱ्यांची फार मोठी समस्या आपल्या देशात आहे. साधारणपणे पाच कोटी भिकारी भारतात आहेत आणि त्यांची जीवन जगण्याची पद्धती वगेळी आहे. हळूहळू विचार करताना मी या पद्धतीने विचार करीत गेलो की, एखाद्या मनुष्याला भिकाऱ्याचे जिणे जगावे, असे का वाटत असेल? अशी कोणती शक्ती मानवात निर्माण होते की, जी त्याला भिकारीच राहावयास प्रवृत्त करते. प्रत्येक

व्यक्तीचे स्वतःचे जीवनमान आहे. दर्जा उंचावण्याचा प्रयत्न व्यक्ती नेहमी करते. स्वावलंबी व्हावे, चांगले खावे-प्यावे, फिरावे, सगळ्या सुखांचा, आनंदाचा उपभोग घ्यावा, जमलं तर त्यांतून इतरांना मदत करावी. नोकरी किंवा रोजगार यांच्या माध्यमातून निदान सर्व गरजा भागविल्या जातील, इतका पैसा मिळावा, आपल्या मुलाबाळांच्या भविष्याची सोय आपल्याला करून ठेवता यावी, असे सामान्य माणसाचे जीवन जगण्याचे तत्त्वज्ञान आहे. पुरेसा पैसा मिळाला, व्यवस्थित मानसन्मान मिळाला, गरजा पूर्ण होण्यात कोणतीही उणीव राहिली नाही, तर व्यक्तीला आपले जीवन सफल झाल्यासारखे वाटते.

- पण भिकाऱ्यांना कायम भिकारी म्हणून जगण्यातच कोणता आनंद वाटत असावा?
- ज्या सोयीसवलती आणि आनंद देणाऱ्या घटना इतरांच्या आयुष्यात घडतात, त्या आपल्याही आयुष्यात घडाव्यात, असे त्यांना वाटत नाही काय?
- मान, अपमानाच्या त्यांच्या कल्पना कोणत्या आहेत?
- भीक नाही मिळाली, तर भिकारी काय करतात?
- एकाच ठिकाणी भीक मागतात की जागा बदलतात?
- भिकाऱ्यांना समाजाचा, पोलिसांचा त्रास होतो काय?
- जे भीक देत नाहीत, त्यांच्याबद्दल त्यांना काय वाटते?
- अमुक व्यक्ती भीक नक्की देईल, हे ते कसे ओळखतात?
- भिकाऱ्यांची लग्ने होतात काय?
- त्यांची समाजव्यवस्था नेमकी कशी असते?
- भिकाऱ्यांमधील लग्नात कोणते करार-मदार होतात?
- जीवन जगण्यापासून त्यांच्या कोणत्या अपेक्षा आहेत?
- भिकाऱ्यांजवळची मुले खरी की खोटी?
- भिकाऱ्यांत स्त्री-पुरुषांमध्ये लैंगिक संबंध असतात काय?

अशा विविध प्रश्नांची उत्तरे जाणून घेण्याची मला उत्सुकता लागली.

समाजशास्त्र विषयातील तज्ज्ञ प्राध्यापक सांगतात की, We are the doctor of our society. समाजात घडणारा कोणताही विषय आपल्याला वर्ज्य नाही. जे-जे समाजात चालते, ते-ते सगळे आपल्या अभ्यासाचा विषय आहे. एखादा डॉक्टर

जसा त्याच्या पेशंटच्या बाबतीत तटस्थ असतो, तसे समाजाबाबत तटस्थ राहणे आपल्याला जमले पाहिजे. कोणत्याही समस्येबद्दलचा अभ्यास करण्याचा संकोच जर समाजशास्त्राच्या विद्यार्थ्याला वाटला, तर तो शिकलाच नाही, असे म्हणावे लागेल.

भिकाऱ्यांच्या प्रश्नाबाबत माझ्या मनात जे विचार निर्माण झाले, त्याबद्दल माहिती मिळविण्यासाठी मी नागपूरपासून मुंबईपर्यंत सर्वत्र भिकाऱ्यांच्या जीवनपद्धतीचा अभ्यास करीत फिरलो. भिकाऱ्यांमध्ये प्रत्यक्ष भिकारी म्हणून वेषांतर करूनही वावरलो. ज्या गोष्टी समजल्या, त्या लिहून काढल्या. त्याच्यावरचे एक पुस्तकही यथावकाश प्रसिद्ध झाले.

हा लेखनप्रपंच यासाठी आहे की, समस्या विचारात घेताना त्या समस्येची पाठीमागची बाजूही विचारात घेतली, तरच ती समस्या शास्त्रीय पद्धतीने मांडता येईल.

खऱ्या समस्या कोणाच्या?

अ) जे भीक मागतात, अशा भिकाऱ्यांच्या?

ब) की जे भीक मागत नाहीत, पण भिकाऱ्यांमुळे ज्यांच्या सर्वसामान्य सामाजिक जीवनात समस्या निर्माण झालेल्या आहेत, त्यांच्या?

समस्याग्रस्तांचे प्रश्न खरे की, जे प्रत्यक्ष समस्याग्रस्त नाहीत, पण समस्याग्रस्तांमुळे ज्यांच्या आयुष्यात काही प्रश्न निर्माण झालेले आहेत, ते खरे?

उदा. भिकारी ही समाजातील अन् देशातील एक महत्त्वाची समस्या आहे, यात शंका नाही. केव्हा ना केव्हा तरी समाजशास्त्राच्या प्रत्येक प्राध्यापकाने ती वर्गात शिकवलेली आहे. परंतु ही समस्या बऱ्याच एकांगी पद्धतीने मांडली जाते.

भिकाऱ्यांमुळे ज्या समस्या समाजात निर्माण झाल्यात, त्या सांगताना आम्ही सांगतो की –

१) भिकाऱ्यांमुळे समाज दरिद्री वाटतो.

२) भिकारी रोगराईचा प्रसार करतात.

३) भिकारी कोणतेही काम न करता आयते जगतात.

४) भीक मागणे हा त्यांच्या सवयीचा भाग बनून गेला आहे.

५) भिकाऱ्यांना भीक देणे म्हणजे त्यांना जन्मभर भिकारी ठेवणे होय.

६) भिकाऱ्यांचे निर्बीजीकरण करणे आवश्यक आहे.

७) भीक मागताना कोणी दिसला, तर त्याला थेट जेलमध्ये टाकावे.

८) भिकाऱ्यांमुळे समाजातील मनुष्यबळ वाया जाते.

९) रेल्वे स्टेशन, बसस्टण्ड, देवालये, बगीचे, सार्वजनिक जागा इ. ठिकाणी जणू भिकारी कायमची वस्तीच करून राहतात. त्यामुळे तिथे लोकांना मोकळेपणाने वावरण्याची सोय राहिली नाही.

१०) अगदी लोचटपणे भिकारी भीक मागतात. स्वतःचे जखमी अवयव लोकांना दाखवून लोकांच्या मनात किळसवाणी भावना निर्माण करतात.

११) अनेक भिकारी भीक मिळेपर्यंत व्यक्तीला सोडत नाहीत. काही तर भीक मिळाली नाही, तर स्वतःला इजा करून घेतात.

१२) लोकांच्या मनात निसर्गतः लहान मुलांविषयी दयेची भावना असते, म्हणून भीक मिळविण्यासाठी ही मुले भिकारी भाड्याने आणतात. काही लोकांचा हाच व्यवसाय आहे.

१३) लोक भीक देणे हे पुण्याचे काम समजतात. परिणामी समाजात भिकाऱ्यांची संख्या वाढत जाते.

भिकाऱ्यांची समस्या वर्गात शिकवित असताना आम्ही वरील सर्व मुद्द्यांची चर्चा करतो. पण खऱ्या अर्थाने विचार केला, तर वरील समस्या भिकाऱ्यांच्या नाहीत, तर जे भिकारी नाहीत, त्यांच्या भिकाऱ्यांबद्दलच्या आहेत.

एका अभ्यासाच्या दरम्यान मी भिकाऱ्यांच्या कोंडाळ्यात बसलो होतो. भिकारी त्यांच्या गप्पांत रंगले होते. मोकळेपणाने बोलत होते, त्यांच्या समस्या सांगत होते. मी आश्चर्याने ऐकत होतो. त्यांच्या बोलण्याचं सार असं होतं की –

१) सरकारने रेल्वे स्टेशनवर आम्हाला निवारा बांधून द्यावा.

२) जे याच गावातील आहेत, त्यांनाच या गावात भीक मागण्याची परवानगी द्यावी.

३) परराज्यातील भिकाऱ्यांनी आपल्याकडे भीक मागू नये.

४) अलीकडे कोणीही उठतो अन् भिकारी होतो. या धंद्यात स्पर्धा फार वाढली आहे.

५) आमच्यासाठी सार्वजनिक शौचालये अन् स्वच्छतागृहे बांधून द्यावीत.

६) बरेचदा पोलीस हुसकावून लावतात, हे बरोबर नाही.

७) काही मंदिरांत दानशूर लोक येऊन अचानक अन्नदान करतात. त्यामुळे त्याची आम्हाला माहिती नसते. केव्हा आणि कोण अन्नदान करणार आहे, याची माहिती आम्हाला कळविण्याची व्यवस्था व्हावी.

८) आम्हीही माणसेच आहोत. त्यामुळे विटलेले, उरलेले अन्न आम्हाला देऊ नये. त्यापेक्षा पैसे द्यावेत म्हणजे आम्हीही मोकळे अन् तेही मोकळे.

९) रेल्वेत आम्ही संडासाजवळच्या कोपऱ्यात बसतो, तरी बरेच टी.सी. गाडीतून खाली उतरवून देतात.

प्रत्यक्ष भिकाऱ्यांच्या तोंडून त्यांच्या समस्या ऐकत असताना मला प्रश्न पडला होता की, आम्ही वर्गात शिकवितो त्या समस्या खऱ्या की हे सांगतात त्या खऱ्या?

म्हणजेच समस्येच्या अभ्यासाबाबत दोन दृष्टिकोन निर्माण होतात. जे प्रत्यक्ष समस्याग्रस्त असतात. त्यांच्या समस्या वेगळ्या असतात व ज्यांचा समस्येशी काहीही संबंध नसतो, त्यांच्या समस्याग्रस्तांबद्दलच्या समस्या वेगळ्या असतात.

मला मनापासून वाटते की, सामाजिक अभ्यासात या दोन्हीही दृष्टिकोनांचा वापर झाला, तर कोणताही अभ्यास एकांगी राहणार नाही.

१०

वृद्धत्व आणि समाज

प्रत्येक व्यक्तीच्या जीवनात येणारी आणि समाजात अभ्यासाचा विषय बनावी, अशी ही समस्या आहे. वेगवेगळ्या संशोधनावरून हे सिद्ध झालेलं आहे की, भारतीय समाजातल्या लोकसंख्येत वृद्धांचं प्रमाण दिवसेंदिवस वाढत चाललेले आहे. प्राचीन काळी भारतीय समाजव्यवस्थेत ब्रह्मचर्याश्रम, गृहस्थाश्रम, वानप्रस्थाश्रम आणि संन्यासाश्रम असे चार आश्रम होते. प्रत्येक आश्रमातील व्यक्तींपासूनच्या वर्तनाच्या अपेक्षा ठरलेल्या होत्या. यापैकी सुरुवातीच्या तीन आश्रमांमध्ये व्यक्तीने समाजात राहून आपापल्या अवस्थांप्रमाणे सामाजिक जबाबदाऱ्या पार पाडाव्यात व त्यानंतर वृद्धावस्थेत तिने संन्यास ग्रहण करावा व सामाजिक संपर्क टाळून सर्वस्वाचा त्याग करावा, अशा अपेक्षा होत्या. परिणामी जुन्या काळातील भारतीय समाजामध्ये वृद्धांचा सामाजिक संपर्कच नसल्यामुळे वृद्धत्वाचा प्रश्न कधीही गंभीर बनला नव्हता.

आज सगळ्या जगातच वृद्धांची संख्या वाढते आहे. हे वृद्ध कोणत्याही परिस्थितीत समाजात सक्रिय राहू इच्छितात. वृद्ध म्हणून आपल्याला वेगळी किंवा कमी दर्जाची वागणूक मिळण्याच्या ते एकदम विरुद्ध आहेत. उलट काहींना वृद्ध म्हटलेलेही आवडत नाही. त्याचा त्यांना राग येतो. वेगवेगळ्या वैद्यकीय संशोधनांमुळे

सरासरी आयुर्मान वाढत चाललेले आहे. अकाली मृत्यू पावणाऱ्या लोकांच्या संख्येत घट होत चाललेली आहे. आपल्या देशापेक्षा परदेशामध्ये वृद्ध व्यक्तींच्या संख्येत दिवसेंदिवस वाढ होत चाललेली आहे. परंतु परदेशातील कुटुंबव्यवस्था भारताइतकी भावनाशील नाही. तिथे वृद्ध व्यक्तींची काळजी घेणाऱ्या वेगवेगळ्या सरकारी संस्था अस्तित्वात आलेल्या आहेत. या सरकारी संस्थात वृद्धांच्या आरोग्याची अन् मनोरंजनाची पुरेपूर काळजी घेतली जाते. अनेक वृद्ध एकत्रित राहत असल्यामुळे तेदेखील एकमेकांची काळजी घेतात. त्यांना आदराने ज्येष्ठ नागरिक (Senior Citizen) असे संबोधले जाते. अमेरिका, इंग्लंडसारख्या देशांतील शिष्टाचाराचे नियम वृद्धांप्रती आदरभाव दाखविणारे जरूर आहेत. परंतु वृद्धांनी त्यांच्या जुन्या कुटुंबात राहू नये, असे तिथे प्रमाणक बनले आहे. त्यामुळे वृद्ध आणि तरुण यांची आपोआपच एकमेकांपासून फारकत केली जाते. वृद्ध आणि तरुण एकत्र आले की, आपल्या देशातील कुटुंबामध्ये वैचारिक संघर्ष उद्‌भवतात, तसे वैचारिक संघर्ष तिकडच्या समाजात उद्‌भवण्याचे काहीही कारण राहत नाही.

भारतामध्ये उलट परिस्थिती आहे. भारत हा कुटुंबप्रधान देश असल्यामुळे व्यक्तीचा जन्म, तिची वाढ, तिचे वृद्धत्व, तिचा मृत्यू या सगळ्या घटनांना कुटुंब साक्षीदार असते. भारतीय समाजात व्यक्तीचा मृत्यू झाल्यानंतरही अनेक धार्मिक संस्कार केले जातात व ती व्यक्ती त्या कुटुंबाची सन्माननीय सभासद होती, याची आठवण म्हणून घराघरांत पूर्वजांचे फोटो लावण्याची पद्धत आहे. भारतातील लोकांना आपल्या पूर्वजांचा, त्यांच्या कार्यपद्धतीचा अभिमान वाटत असलेला दिसून येतो. बरेचदा याचे कारण असेही सांगितले जाते की, भारतीय समाजात असे मूल्य आहे की, व्यक्ती जिवंतपणीच आपल्या मुलाबाळांसाठी काही ना काही आर्थिक तजवीज करून ठेवते. आपण ज्या हालअपेष्टा भोगल्या, त्या आपल्या भावी पिढीला भोगाव्या लागू नयेत, याचा सर्वतोपरी प्रयत्न या देशात व्यक्तीच्या माध्यमातून केला जातो. जन्मभर व्यक्ती ज्या कुटुंबाशी जोडलेल्या असतात, त्यांची नाळ कुटुंबव्यवस्थेपासून सहजासहजी तोडता येत नाही. असे असल्याने बहुतांश वयस्कर मंडळी आपल्या कुटुंबामध्येच वास्तव्य करून राहत असलेल्या दिसून येतात. नुकताच भारतात याबाबत जो सर्व्हे देशपातळीवर केला गेला, त्यावरून असे लक्षात आले की, ३०% वृद्धांना कोणत्या ना कोणत्या कुटुंबातच राहावयास आवडते.

देशा-देशाप्रमाणे वृद्ध कोणाला म्हणावे? याविषयी विविध मतप्रवाह आहेत. आपल्या देशात साठ वर्षांवरील व्यक्तीला वृद्ध म्हटले जाते. समाजकार्य विश्वकोषात वृद्धावस्थेची व्याख्या करताना असे म्हटले आहे की, व्यक्तीच्या जीवनातील अंतिम

कालखंड म्हणजे वृद्धावस्था होय.

भारतीय समाजव्यवस्था पूर्णपणे कुटुंबवादी आहे. व्यक्ती जन्मभर या ना त्या कारणाने तिच्या कुटुंबाशी जोडली गेलेली असते. प्रत्येक व्यक्तीच्या मनात बहुतांश वेळ कौटुंबिक विचार चाललेले असतात. जन्मभर व्यक्तीच्या ज्या क्रिया चालतात, प्रत्येक क्रियेमागे कोठेतरी कौटुंबिक घटकांचा संदर्भ असलेला दिसून येतो. व्यक्तीच्या सर्व हालचालींना हाच संदर्भ असतो. वृद्धापकाळी व्यक्तीचा सांभाळ तिच्या तरुण कुटुंबीयांनी करावा, हे प्रमाणक सर्वमान्य आहे. वेगवेगळ्या प्रकारच्या सामाजिक पाहणीवरून हे सिद्ध झालेले आहे की, ७०% वृद्ध हे कोणत्या ना कोणत्यातरी कुटुंबात राहतात. हे वृद्ध त्या कुटुंबात आनंदाने राहतात, असे जरी म्हणता येत असले, तरी त्यांनी काही प्रमाणात का होईना, पण राहत्या कुटुंबाशी जुळवून घेतलेले आहे. काही कारणाने व्यक्तीला आपला वृद्धापकाळ वृद्धाश्रमात काढावा लागला, तर ते फार चांगले लक्षण समजले जात नाही. प्रचंड प्रमाणात असलेल्या कौटुंबिक प्रभावामुळे वृद्धापकाळी वृद्धाश्रमात राहणे म्हणजे ती व्यक्ती अनाथ आहे, असे मानण्याची वृत्ती आहे. आज शासनामार्फत व विविध समाजसेवी संस्थांच्या मार्फत वृद्धाश्रम चालविले जात असले, तरी वृद्धाश्रमात राहणाऱ्या वृद्धांच्याही मनात सतत कौटुंबिक विचार चाललेले दिसून येतात. परस्परांशी बोलताना ते कुटुंबाच्या संदर्भातच बोलतात. मुला-मुलींच्या संसाराबाबत बोलतात. पण कोठेतरी आपण आपल्याच नवीन पिढीकडून नाकारले गेलेलो आहोत, ही भावना त्यांना चैन पडू देत नाही. भारतीय समाजात वृद्धांनी वृद्धाश्रमात राहणे याला समाजमान्यता नाही. अनेक वृद्ध वेगवेगळे अपमान सहन करीत कोणत्या ना कोणत्या कुटुंबातच राहताना दिसून येतात. बहुसंख्य वृद्धाश्रमांत वृद्धांचे भोजन, निद्रा यांची काळजी घेतली जात असली, तरी या अवस्थेत निर्माण होणाऱ्या बहुतांश गरजा या मानसिक पातळीवरच्या आहेत, याकडे सोयीस्करपणे दुर्लक्ष झालेले दिसून येते.

आयुष्याच्या या अखेरच्या टप्प्यात आपल्याला स्त्री-पुरुष असा लिंग भेदभाव करावा लागेल. वृद्धाश्रमात सगळ्यात जास्त पुरुष राहतात. त्यामानाने स्त्रियांचे वृद्धाश्रमात राहण्याचे प्रमाण कमी आहे. पती-पत्नीपैकी कोणतीतरी एखादी व्यक्ती अगोदर मरणार अन् दुसरी एकांतवासात ढकलली जाणार, हे नैसर्गिक सत्य आहे. जेव्हा स्त्री-पुरुष एकत्रितपणे संसार करतात, तेव्हा ते परस्परांच्या स्वभावाशी, भावभावनांशी, गरजांशी पूर्णपणे एकरूप होतात. मनाने तर जोडले गेलेले असतातच. पण आयुष्याचा प्रदीर्घकाळ एकमेकांच्या संगतीत काढल्यामुळे त्यांच्या सुखदुःखाच्या कल्पनाही समान झालेल्या असतात. जोडीदाराची गरज तारुण्यापेक्षा वृद्धापकाळी

अधिक असते, असे म्हटले जाते. दुर्दैवाने जन्माचा जोडीदार मृत झाल्यानंतर दुसऱ्या व्यक्तीच्या जीवनात जी पोकळी निर्माण होते, त्याने व्यक्ती स्वभावानेही बदलते. ती चिडचिडी बनते. समाजात चाललेल्या कोणत्याही घडामोडींबाबत त्यांना स्वारस्य वाटत नाही. जर त्यांचे चिडचिडेपण कुटुंबात सहन झाले नाही, तर त्यांच्याशी अबोला धरला जातो. तरुण व एकाकी वृद्ध यांच्यामध्ये एक अदृश्य दरी निर्माण झालेली दिसून येते. त्यामुळे अशा एकाकी वृद्धांना कोणासमोर मन मोकळे करावे, असा प्रश्न पडतो. नाइलाजाने मनातल्या गोष्टी मनात ठेवून त्यांना मृत्यूला सामोरे जावे लागते. बहुसंख्य वृद्ध मरणाची वाट बघत एक-एक दिवस ढकलताना आढळतात.

मी केलेल्या एका पाहणीवरून माझ्या हे लक्षात आले की, विधुर पुरुषांच्या तुलनेने विधवा स्त्रिया आपल्या मुलांच्या आणि मुलींच्या कुटुंबाशी लवकर जुळवून घेतात. विधुर पुरुष चिडचिडा बनतो.

खालील काही समस्या 'वृद्धांच्या' वैयक्तिक स्वरूपाच्या आढळतात –

१) परिस्थितीशी जुळवून घेताना अडचणी येतात.

२) कुटुंबीयांशी योग्य त्या शब्दांत संवाद साधता येणे शक्य होत नाही.

३) वृद्धांच्या बोलण्यात सुसंगती राहत नाही.

४) वाक्यात त्याच त्या गोष्टींची पुनरावृत्ती होते.

५) मनापासून एखाद्या कार्यक्रमात भाग घ्यावासा वाटत नाही.

६) सुखाच्या प्रसंगापेक्षा दुःखाचे प्रसंग अधिक आवडतात.

७) एकतर वृद्ध अधिक बोलतात किंवा अजिबात बोलत नाहीत.

८) स्वतःचे कोणी ऐकत नाही, असे त्यांना उगीचच वाटते.

९) प्रत्येक कृती करताना त्या कृतीच्या चांगल्या-वाईट परिणामांचा विचार ते अगोदर करतात.

१०) अनेक वृद्धांना धार्मिकता नको वाटते.

११) घरात टीव्ही सुरू असलेला आवडत नाही.

१२) कुटुंबातील इतर लोक आनंदी असलेले त्यांना सहन होत नाही.

१३) सतत परिस्थितीशी तुलना करण्याची सवय लागल्यामुळे इतरांना आपल्याशी बोलायला वेळ नाही, असे त्यांना वाटते. परिणामी आपण एक 'अडगळ' आहोत, असे त्यांना वाटू लागते.

१४) कुटुंबातील महत्त्वाचे निर्णय परस्पर घेतले जातात. निर्णयप्रक्रियेत आपला सहभाग नाही, ही बाब त्यांच्या मनाला लागून राहते.

१५) घरातील तरुणांचा आपल्या संपत्तीवर डोळा आहे, असेही त्यांना सतत वाटत राहते. या वाटण्यातून सगळे आपल्या मरणावर टपून बसलेले आहेत, याविषयी त्यांच्या मनात शंका राहत नाही.

१६) सतत एकच गोष्ट प्रत्येक दिवशी व ठरावीक वेळी घडत राहते. परिणामी जीवनात कोणताही बदल होत नसल्यामुळे वृद्ध कंटाळतात.

१७) वृद्धांना कोणत्याही बाबतीत अर्थाचा अनर्थ करण्याची घातक सवय लागते.

एकूणच वृद्धांची समस्या आर्थिक व कौटुंबिक कमी आणि मानसिक जास्त बनत जाते.

स्वतःच्या आरोग्याबद्दल जागरूकता निर्माण झाल्यामुळे आणि अनेक आजारांवर औषधे निघाल्यामुळे वृद्धांची जीवन जगण्याची ताकद आणि इच्छाशक्ती या दोन्हीही गोष्टी वाढलेल्या असल्या, तरी 'उगीचच हे दीर्घायुष्य वाटेला आले.' असे वाटणाऱ्या वृद्धांचे प्रमाणही लक्षणीय आहे.

सगळ्याच व्यक्तींना यशस्वी आयुष्याची जी परिमाणे समाजात निर्माण झालेली आहेत, ती गाठणे शक्य होत नाही, म्हणून भावी काळातील समाजातील सगळ्यात महत्त्वाची समस्या 'वृद्धापकाळाची समस्याच' राहील, हे सांगण्यासाठी कोणा भविष्यवेत्त्याची गरज नाही.

आर्थिकदृष्ट्या निम्नवर्गात वृद्धापकाळाच्या फारशा समस्या निर्माण होत नाहीत, तर मध्यमवर्गीयांत त्या जास्त प्रमाणात निर्माण होतात. वृद्धापकाळी व्यक्तीला जन्मभर सांभाळलेली मूल्ये बदलता येणे शक्य नसते. त्यामुळे तरुण पिढीनेही त्यांच्याशी तडजोड करूनच वागले पाहिजे. वृद्धांनी खालील काही गोष्टींचे भान ठेवले, तरी त्यांचे जगणे बरेच सुसह्य होईल –

१) प्राप्त परिस्थिती बदलणे आपल्या हाती नाही, हे मान्य करून वृद्धांनी तरुणांशी अनुकूलता साधावी.

२) विचारल्याशिवाय उगीचच आपली मते मांडीत बसू नये. कारण त्यामुळे संपर्कात येणारे लोक कंटाळतात आणि वृद्धांना टाळतात.

३) शक्य झाल्यास वृद्धांनी पर्यटन करावे. वेगवेगळ्या सवलतीत पर्यटनाच्या

विविध योजना उपलब्ध आहेत.

४) वृद्धांनी स्वतःला कोणतातरी छंद लावून घ्यावा.

५) सगळ्याच गोष्टी मनाप्रमाणे घडणार नाहीत, हे मान्य करावे.

६) दिवसातील किमान चार तास समवयस्कांमध्ये काढावेत.

वृद्धावस्था ही व्याधी नसून अवस्था आहे. प्रत्येक व्यक्तीच्या आयुष्यात ती जिवंत राहिल्यास ही अवस्था येणारच. त्यामुळे ही अवस्था आनंदी रूपात घालविणे महत्त्वाचे आहे. वृद्धांनी काही प्रमाणात आपला वेळ पैसा न मिळणाऱ्या सामाजिक कामासाठी द्यावा. जेणेकरून त्यांना काही काळ घराबाहेर काढता येणे शक्य होऊन त्याच-त्याच गोष्टीचा कंटाळा येणार नाही.

११

सांस्कृतिक पश्चायन

समाजशास्त्रामध्ये 'संस्कृती' या संकल्पनेचे दोन प्रकार पाडले जातात. भौतिक संस्कृती आणि अभौतिक संस्कृती. जे-जे काही डोळ्यांनी दिसते आणि मानवाने निर्माण केलेले आहे, त्या सगळ्या वस्तूंना आणि घटकांना भौतिक संस्कृती म्हणतात, तर जे डोळ्यांनी दिसत नाही, पण ज्यांचे अस्तित्व जाणवते, ते सगळे अभौतिक संस्कृती या विभागात मोडते. भौतिक संस्कृतीपेक्षाही अभौतिक संस्कृती महत्त्वाची मानली जाते. कारण भौतिक संस्कृतीला शुद्ध उपयुक्तावादी मूल्य असते. तिच्याप्रती लोकांच्या भावनांची गुंतवणूक झालेली नसते. अगोदर समाजाच्या किंवा लोकांच्या गरजा निर्माण होतात. त्यानंतर त्या गरजांची पूर्ती कशा प्रकारे करावी, याविषयीचा विचार सुरू होतो आणि त्यानंतर मग प्रत्यक्ष कृती आकाराला येते. याचाच अर्थ, सर्वप्रथम अभौतिक संस्कृती जन्माला येते आणि मग ती भौतिक कृतींना जन्माला घालते. दोन्हीही प्रकारच्या संस्कृती ह्या मानवी गरजा पूर्ण करणाऱ्याच असल्या आणि एखाद्या समाजाची भौतिक संस्कृती जशीच्या तशी स्वीकारता येत असली, तरी अभौतिक संस्कृती मात्र तशी स्वीकारता येत नाही.

अभौतिक संस्कृती ही पिढ्यानूपिढ्यांच्या संस्कारातून बनलेली असते. ती कधीही अचानक उदयाला येत नाही. वर्षानुवर्षांच्या संस्कारातून व्यक्तीने कसे

वागावे? याविषयी प्रमाणके निर्माण होतात आणि त्याला लोकांकडून मान्यताही मिळते. या सगळ्या नियमांचे बीजारोपण व्यक्तीच्या मनात सामाजिकीकरणाद्वारे केले जाते. व्यक्ती हे सगळं ज्ञान आत्मसात करतात. त्यानंतर त्यांना तशा पद्धतीने वागण्याची सवय लागते. अभौतिक संस्कृती उपयुक्ततावादी नसल्यामुळे ती शिकण्यासाठी काही काळ जावा लागतो. एकदा शिकल्यानंतर मात्र व्यक्तीच्या मनात ती कायमची ठसून आपोआपच व्यक्तीवर्तन त्याप्रमाणे घडते. भौतिक संस्कृतीतील वस्तू बाजारात गरजांप्रमाणे विकत मिळतात. पण अभौतिक परंपरा या अमूल्य असतात आणि त्यांचे कशातही मोल करता येणे शक्य नसते.

कोणत्याही समाजाला दुसऱ्या समाजाची भौतिक संस्कृती जशीच्या तशी स्वीकारता येते. ज्याप्रमाणे इतर देशातील तंत्रज्ञान भारताने स्वीकारून स्वतःला भौतिकदृष्ट्या बऱ्याच प्रमाणावर सबळ बनविण्याचा प्रयत्न चालविला आहे. तसेच या तंत्रज्ञानाबरोबर विविध आजारांवरील औषधे, लहान मुलांना द्यावयाच्या लशी, लोकांना जीवनदायिनी ठरतील अशा गोष्टी हे तंत्रज्ञान आपल्याकडे परदेशातून आले असले, तरी त्याने आपला बराच फायदा झालेला आहे, हे नाकारता येत नाही. भौतिक संस्कृतीचा उद्देश तिचा वापर करणाऱ्यांचा ताबडतोब फायदा करणे, असा असतो. तसेच गरज संपल्यानंतर भौतिक संस्कृती नष्ट करण्यातही लोकांना फारसे वावगे वाटत नाही. ज्याप्रमाणे एखादी जुनी वस्तू वारंवार दुरुस्त करण्यापेक्षा वेळ आल्यास विकून टाकली जाते, त्या वस्तूबद्दल कोणतीही भावनात्मक बांधीलकी व्यक्तीला नसते, त्याप्रमाणे सतत नवीन तंत्रज्ञान समाजात येत राहते व लोक त्याचा वापर आपल्या अधिक चांगल्या जीवनमानासाठी करीत असतात व या तंत्रज्ञानाची गरज संपल्यानंतर त्याचा तितक्याच सहजपणे त्यागही केला जातो.

समाजशास्त्रात व्यक्तीच्या दर्जाच्या बाबतीत दोन प्रकारचे दर्जे सांगितले जातात –

१) संपादित दर्जा

२) अर्पित दर्जा.

अर्पित दर्जा हा जन्मजात आहे, तर संपादित दर्जा व्यक्तीला स्वप्रयत्नाने मिळवावा लागतो. संपादित दर्जा हा भौतिक संस्कृतीप्रमाणे असतो. उदा. प्राध्यापक हा संपादित दर्जा आहे व जोपर्यंत तो प्राध्यापक त्याचे शिकविण्याचे काम व्यवस्थित करतो आहे व निवृत्त झालेला नाही, तोपर्यंत त्या दर्जाचे मूल्य कायम आहे. काही अपरिहार्य कारणास्तव त्याला त्याचे काम करणे शक्य झाले नाही किंवा त्याने काम

बदलले, तर प्राध्यापक हा त्याचा दर्जा असणार नाही. याचाच अर्थ असा की, इतरांचे त्याच्याशी असलेले संबंध त्याच्या ठरलेल्या कामावरच आधारलेले आहेत. यात भावनात्मक गुंतवणुकीचा कोठेही प्रश्न येत नाही. पूर्णपणे दर्जाधिष्ठीत संबंध (Status oriented relationship) हे भौतिक संस्कृतीचे उदाहरण म्हणून देता येईल. ज्या कारणासाठी एखादी भौतिक वस्तू निर्माण झालेली आहे, ते काम ती वस्तू जोपर्यंत करते आहे, तोपर्यंत तिचे महत्त्व कायम आहे. अन्यथा ती नष्ट झाली नाही, तर एक अडगळ होऊन बसेल.

परंतु अभौतिक संस्कृतीबद्दल असे म्हणता येणार नाही. कारण अभौतिक संस्कृती ही पूर्णपणे वैचारिक व परंपरेवर आधारित असते. त्या-त्या समाजातील लोकांच्या अंगी ती पूर्णपणे भिनलेली असते. भौतिक संस्कृतीचा लोक वापर करतात, तर अभौतिक संस्कृती प्रत्यक्षपणे जगतात. सणासमारंभाचे नियम, वर्तनाचे नियम, वागण्यात फरक करण्याचे नियम, सर्व धार्मिक आणि जातीय घडामोडी या सगळ्या बाबी अभौतिक संस्कृतीत येतात. एका अर्थाने व्यक्तीने इतके मोठे आयुष्य कशा प्रकारे घालवावे, जीवनात नेमके काय मिळवावे याचे दिग्दर्शन करण्याचाच प्रयत्न अभौतिक संस्कृतीच्या माध्यमातून होतो. लोकांना आपल्या अभौतिक संस्कृतीचा अभिमान असतो. अभौतिक प्रतीकांबाबत लोक संवेदनशील असतात. सतत या अभौतिक प्रतीकांचा मान राखला जावा, असे लोकांना वाटते. परिणामी पिढ्यान्‌पिढ्यांच्या सरावामुळे अभौतिक संस्कृती जीवन जगण्याचा एक अविभाज्य घटकच नव्हे, तर प्रत्यक्ष जीवनच बनून जाते. त्यामुळे अभौतिक संस्कृतीतील घटकांमध्ये फार मोठे बदल होत नाहीत आणि मंद गतीने काही बदल जरी झाले, तरी ते जुनी मूलतत्त्वे कायम राखूनच केले जातात. अभौतिक संस्कृतीमधील काही नियम का पाळावेत, याविषयी ते नियम पाळणाऱ्यांनाही नक्की काही सांगता येत नाही. परंपरेने चालत आलेले आहे, एवढेच उत्तर द्यावे लागते. अभौतिक संस्कृती ही कोणत्याही आर्थिक प्रेरणेने पाळली जात नाही, तर यातील अनेक नियमांचे पालन करताना उलट व्यक्तींचा बराचसा पैसा खर्च होतो. भारतीय व्यक्ती तिच्या संपूर्ण आयुष्यात जितका पैसा मिळविते, त्यापैकी साठ टक्के पैसा ती अभौतिक नियमांचे पालन करण्यातच खर्च करते, ही वस्तुस्थिती आहे. हे सर्व का करावे, याचे सप्रमाण उत्तर जरी देता येत नसले, तरी 'मानसिक शांतता मिळते.' असे सरधोपट उत्तर देता येते.

व्यक्ती समाजात शारीरिक आणि मानसिक अशा दोन्ही पातळींवर जीवन जगत असते. शारीरिक गरजा पूर्ण करण्यासाठी ज्या-ज्या गोष्टी लागतात, त्या

भौतिक संस्कृतीच्या माध्यमातून मिळतात. पण व्यक्तीला मन आहे. त्यामुळे तिच्या बऱ्याचशा गरजा मानसिकच आहेत म्हणजे जीवन तर जगले पाहिजे. पण ते जगण्याचे पुरेसे समाधानही वाटले पाहिजे. व्यक्तीच्या मानसिक पातळीवरच्या गरजा पूर्णपणे अभौतिक संस्कृतीच पूर्ण करते. पूर्णतः अवैज्ञानिक पण पूर्णपणे समाजात भिनलेली संस्कृती, असे वर्णन अभौतिक संस्कृतीचे करता येईल.

'ऑगबर्न' या विचारवंताने म्हटल्याप्रमाणे प्रत्येक समाजात नेहमी 'सांस्कृतिक पश्चायन' निर्माण होते. परिवर्तनाच्या प्रक्रियेत नेहमी भौतिक संस्कृती वेगाने बदलते. पण त्या तुलनेने अभौतिक बदल वेगाने होत नाहीत. परिणामी या दोन्ही संस्कृतींत अंतर निर्माण होते व हे अंतर सामाजिक समस्यांना जन्म देते. लोक अत्यंत आधुनिक तंत्रज्ञानाचा वापर करतात. पण त्यांच्या प्रत्यक्ष जीवन जगण्याच्या पद्धती मात्र पारंपरिक असतात.

भारतीय समाजाचा विचार केल्यास ऑगबर्नचा हा विचार समाजाला तंतोतंत लागू पडतो, असे सांगता येईल. अत्यंत आधुनिक तंत्रज्ञान भारतात आले आहे. त्यामुळे सर्वसामान्य व्यक्तीलाही जीवन सुखकर करता येणे शक्य झाले, तरी जीवन जगण्याच्या पारंपरिक पद्धतीमुळे काही जीवघेण्या परंपरा मात्र समाजजीवनाला मागे खेचण्याचा प्रयत्न करीत आहेत. सध्या या दोन्ही संस्कृतींच्या कात्रीत भारतीय समाज सापडल्याचे दिसून येते.

१२

क्षेत्रीय कार्य

सामाजिक शास्त्रांचा अभ्यासविषय हा प्रत्यक्ष समाज असल्यामुळे समाजात जाऊन तिथल्या लोकांची प्रत्यक्षपणे माहिती मिळविल्याशिवाय सामाजिक शास्त्रांचा आणि विशेषतः समाजशास्त्राचा अभ्यास पूर्ण होत नाही. कोणताही विषय पाण्यासारखा सतत प्रवाहित राहण्यासाठी त्यात सतत नवीन संशोधनाची भर पडणे आवश्यक आहे, तरच त्या शास्त्रात नित्यनवीन संकल्पनांची भर पडत जाईल व कधीही साचलेपणा येणार नाही.

यासाठी सामाजिक शास्त्रांमध्ये नवीन संशोधने होणे आवश्यक आहे व या संशोधनासाठी प्रत्यक्ष समाजात जाऊन माहिती गोळा करणे ही काळाची गरज बनली आहे. समाजशास्त्राच्या विद्यार्थ्यांबाबत नेहमी असे म्हटले जाते की, They are doctor of society. प्रत्यक्षपणे समाजात जे-जे काही चालते, जे घडते, ते सगळे समाजशास्त्राच्या अभ्यासविषयाच्या कक्षेत येते.

कोणतेही संशोधन हे दोन प्रकारांनी करता येते –

१) Library work – लायब्ररी कार्य.

२) Field work – क्षेत्रीय कार्य.

ज्या कोणत्या व्यक्तीने एखादा अभ्यास केलेला असतो, तो तिने तिच्या पद्धतीने केलेला असतो व तिने तिचे अनुभव पुस्तकात मांडलेले असतात. संशोधक जर केवळ पुस्तकांच्याच माध्यमातून संशोधन करावयास लागला, तर ते दुय्यम दर्जाचे ठरेल व प्रत्यक्ष सामाजिक अनुभव संशोधकाला येणार नाही, म्हणून केवळ काठावरून अभ्यास करण्यापेक्षा प्रत्यक्ष समाजाच्या प्रवाहात उतरल्याशिवाय संशोधन वैज्ञानिकही होत नाही आणि ते करण्यातील आनंदही संशोधक मिळवू शकत नाही.

समाजशास्त्र विषयाचा विचार केला, तर असे सांगता येईल की, या विषयात संशोधकाला अभ्यासविषयांचा तोटा नाही. नित्य नव्याने होणारे परिवर्तन, उदयाला येणारे नवनवीन समूह, वेगवेगळ्या प्रकारच्या परंपरा आणि त्यांचे लोकांवर झालेले व होणारे परिणाम, समाजातील ठळक सामाजिक समस्या, त्याला सामोरे जाणारे लोक, आर्थिकता आणि समाजातील लोक, जीवन जगताना मेटाकुटीला आलेले लोक, विविध प्रकारच्या व्यक्तिमत्त्वाची माणसे, समस्यांच्या तळापर्यंत जाण्याचा प्रयत्न या सर्व गोष्टी प्रत्यक्षपणे विषय म्हणूनच संशोधकांसमोर हात जोडून उभ्या असतात. यांतील कोणत्याही विषयाचा एखादाच पैलू लक्षात घेऊन अभ्यास करणे संशोधकासाठी आणि त्या विषयासाठीही परिणामकारक असते.

प्रत्यक्ष समाजात जाऊन पाहणी करणे व त्याआधारे तथ्ये गोळा करणे, ही दीर्घकाळ चालणारी आणि वेळ, पैसा व कार्यक्षमता प्रचंड प्रमाणात लागणारी एक प्रक्रिया आहे. तरी तिचे महत्त्व अनन्यसाधारण आहे. एखाद्या प्रश्नाबाबत लोकांचे मत नेमके कोणते आहे? त्यांच्या भावना कशा प्रकारच्या आहेत? याविषयी माहिती जाणून घेण्यासाठी प्रत्यक्ष क्षेत्रीय कार्य केले जाते. तसेच पाहणीच्या माध्यमातून लोकसंख्येतील विविध घटकांचा वैज्ञानिक अभ्यास करता येतो. अन्न, वस्त्र आणि निवारा या गरजा पूर्ण झाल्यानंतरच केवळ मानव जिवंत राहत नाही, तर त्याला जगण्यासाठी काहीतरी उद्दिष्ट असावे लागते. वेगवेगळे धंदे, कला, लोककला, सामाजिक प्रथा-परंपरा, यात्रा, पर्यटन ही सगळी साधने मानवाला जीवन सुखकर बनविण्यासाठी मदत करतात. प्रत्यक्ष Field workच्या साहाय्याने वस्तुनिष्ठ माहिती मिळविता येणे शक्य होते.

प्रत्यक्षपणे सामाजिक पाहणी दोन प्रकारांनी करता येते –

१) असहभागी सामाजिक निरीक्षण पद्धतीच्या माध्यमातून आणि

२) सहभागी सामाजिक निरीक्षण पद्धतीच्या माध्यमातून.

असहभागी निरीक्षणात संशोधक संबंधित घटकांचा भाग न बनता दुरूनच सगळी निरीक्षणे नोंदवितो, तर सहभागी निरीक्षणात संशोधक प्रत्यक्ष त्या विषयामध्येच त्या विषयाचा एक घटक म्हणून सामील होतो. मी स्वतः भिकाऱ्यांमध्ये भिकाऱ्यांसारखेच राहून त्यांच्या विविध हालचालींचा अभ्यास केला आहे. तो मी माझ्या 'आलो जन्मभरी मागाया' या पुस्तकात स्वतंत्रपणे नोंदविलेला आहे.

सामाजिक संशोधनात प्रत्यक्षपणे केलेली सामाजिक पाहणी वेगवेगळ्या कारणांसाठी उपयुक्त ठरू शकते. मुळातच पाहणी ही कोणत्यातरी उद्देशाने हाती घेतली जाते. तिचा महत्त्वाचा उद्देश त्या गटातील समस्या माहीत करून घेणे, हा असतो. ठरावीक गटात ठरावीक समस्या निर्माण होण्याची कारणे कोणती? समस्या निर्माण होण्यासाठी कारणीभूत ठरणारे घटक कोणते? निर्माण झालेल्या समस्या कोणत्या उपायांनी दूर करता येतील?

सामाजिक संशोधक समाजातच राहणारा असल्यामुळे त्याचे पाहणी होणाऱ्या गटाबद्दल काही पूर्वग्रह असतात. त्यात तथ्य आहे की ते पूर्वग्रहच आहेत, याची तपासणी पाहणीच्या काळात संशोधकाला करता येते. तसेच प्रत्येक गटाची स्वतःची म्हणून काही वैशिष्ट्ये असतात. तीदेखील लक्षात यावयास पाहणीमुळे मदत होते.

आपण ज्या समाजात राहतो, त्या समाजात विविधता असणारी अन् विविधता जपणारी माणसे राहतात. एखाद्या गावात आपण राहत असलो, तरी त्या गावाची अन् आपली पुरेशी ओळख नसते. त्यासाठी प्रत्यक्षपणे पाहणीपद्धतीचा अवलंब केला, तर सामाजिक संशोधनात ती मोलाची मदत ठरू शकते. अलीकडच्या सामाजिक संशोधनात गटाच्या अभ्यासाला फार महत्त्व येत चाललेले आहे. एकच समुदाय किंवा गट निवडून त्या गटाची ठरावीक अंतराने पाहणी करण्यात येते. यांतून त्या विशिष्ट गटात वेगवेगळ्या घटकाअंतर्गत होणाऱ्या बदलांची माहिती मिळते व त्या बदलांची तुलनाही करता येते. उदा. एखाद्या यात्रेची या वैशिष्ट्यासाठी पाहणी केल्यास यात्रेला येणाऱ्यांची संख्या वाढली की घटली? मनोरंजनाच्या साधनांना किती प्रतिसाद मिळाला? देवस्थानाकडे किती पैसा जमा झाला? मागच्या वर्षापेक्षा या वर्षी काही नवीन बदल झालेत काय? यात्रेकरूंमध्ये पुरुषांचे प्रमाण जास्त होते की स्त्रियांचे? याची कारणे कोणती? त्या यात्रेत पशूबळी दिले जात असतील, तर मागच्या वर्षीपेक्षा या वर्षी त्यात वाढ झाली की घट? अशा प्रकारे विविध घटकांचा तौलनिक अभ्यास एकाच ठरावीक गटाच्या काही अंतराने केलेल्या पाहणीतून करता येतो.

अलीकडच्या काळात सामाजिक पाहणीचे महत्त्व वाढलेले दिसून येते. शेवटी कोणताही संशोधक संशोधन कशासाठी करतो, याविषयी सांगताना असे म्हणता येईल की, समाजशास्त्रीय संशोधन हे सामाजिक तथ्ये, सत्य जाणून घेण्यासाठीच करण्यात येते आणि ते प्रत्यक्ष समाजात उतरूनच करता येते. अभ्यासविषयाच्या अधिक निकट जाऊनच त्या विषयाचा मागोवा घेता येतो. पुस्तकी विचारांच्या पलीकडे वास्तवाचे दर्शन समाजातच घेता येते.

भारतीय समाजशास्त्राचे भीष्माचार्य असे ज्यांना म्हणतात, ते डॉ.गोविंद सदाशिव घुर्ये यांनी जे विविध प्रकारचे संशोधन केले, ते लोकांमध्ये जाऊनच केले आहे आणि भावी काळातील संशोधकांबद्दल बोलताना त्यांनी सांगितले की, भविष्यकाळातील संशोधक आणि विद्यार्थी प्रत्यक्ष समाजात जाऊन वस्तुनिष्ठ तथ्ये जमा करतील, पर्यायाने सामाजिक शास्त्रे अधिक बळकट होत जातील.

यासाठी संशोधकांनी आपली सामाजिक नाळ मजबूत ठेवल्यास नवनवीन विषय संशोधनासाठी मिळतील. परिणामी व्यक्ती आणि शास्त्र या दोहोंच्याही विकासासाठी ते पोषक राहील.

१३

परिवर्तन आणि समाज

समाजात सतत बदल होण्याची प्रक्रिया सुरू असते. स्थिरता आणि बदल होणे या समाजात चालणाऱ्या महत्त्वाच्या प्रक्रिया आहेत. यालाच स्थितिशीलता आणि गतिशीलता असेही म्हटले जाते. ज्या वेळी मानव समाजात जीवन जगतो, त्या वेळी काही शाश्वत बाबी कायमच्या टिकवून ठेवाव्या लागतात व त्या टिकून ठेवण्याचे प्रयत्नही केले जातात. मानवाचे कौटुंबिक पातळीवरील संबंध, ठरावीक नात्यागोत्यात येणारे अन् असणारे संबंध, मानवी जाती, धर्म, विविध प्रतीके, मानवाच्या वेगवेगळ्या श्रद्धा, समाजाच्या आदर्श-अनादर्शाच्या कल्पना, अनेक सांस्कृतिक घटना, नीती-अनीतीचे नियम, लिंगभेदभावविषयक संबंध, दर्जानुसार व्यक्तीला पार पाडाव्या लागणाऱ्या भूमिका या गोष्टी सहसा बदलत नाहीत. कुटुंबसंस्था, विवाहसंस्था यांचाही विचार केल्यास असे सांगता येईल की, वरवरचे काही तात्पुरते नियम जरी बदलले, तरी या संस्थांमधील मूलभूत कार्ये जशी पूर्वी होती, तशी आजही कायम आहेत आणि काही प्रमाणात ही स्थिरता जीवन जगण्यास बळकटी प्राप्त करून देत असते. या कायम टिकून राहणाऱ्या घटकांमुळे व्यक्तीला समाजात अनेक गोष्टी गृहीत धरता येतात. इतरांप्रति नेमके कोणते वर्तन करावे? हे समजते. आयुष्यात नेमकी कोणती उद्दिष्टे अन् किती काळात गाठणे भाग आहे? याचीही

समज मानवाला येते. परिणामी चारचौघांत वावरण्यासाठी त्याला कोणतीही अडचण येत नाही. जीवन जगताना सामाजिक आणि मानसिक दृष्टिकोनातून व्यक्तीला सुरक्षितता मिळणे आवश्यक आहे. अशी सुरक्षितता लाभण्यावरच त्याचे इतरांशी सामाजिक संबंध अवलंबून असतात.

परंतु त्याचबरोबर बदलांचे महत्त्वही नाकारता येत नाही आणि ते अटळपणे होतातही. समाजा-समाजात बदल होण्याची गती कमी-जास्त असते. पण बदल झालेच नाहीत, असा समाज दाखविता येणार नाही. कालमानानुसार मानवाच्या गरजा बदलतात. त्या अनुषंगाने त्याला सामाजिक संबंधांमध्ये बदल करावे लागतात. कोणतीही संरचना दीर्घकाळपर्यंत आहे, वर्तमान अवस्थेमध्ये राहू शकत नाही. कालचा समाज आज नाही आणि आजचा समाज उद्या राहणार नाही. मानवाची इच्छा नसताना त्याचे वय वाढत जाते आणि वाढत्या वयाबरोबर त्याच्या शरीरात काही बदल होतात. वयाच्याच आधारावर आपण लोकांमध्ये मुलगा, तरुण, प्रौढ, वृद्ध असा फरक करतो. हा नियम जसा मानवी शरीराबद्दल आहे, तसाच तो समाजाबद्दलही आहे. कालमानानुसार समाजाच्या गरजा बदलतात. गरजा बदलल्यानंतर त्या पूर्ण करण्याची विविध संसाधने निर्माण होतात. त्याचा उपभोग घेण्याची मानवी प्रवृत्ती अस्तित्वात येते. त्या अनुषंगाने जुनाट गोष्टी कालबाह्य होतात अन् नवीन अस्तित्वात येतात. जुन्याचा नाश आणि नव्याचा स्वीकार हे चक्र समाजात सतत चाललेले असते. हॅरी जॉन्सन या विचारवंताने म्हटल्याप्रमाणे बदल हा बदल असतो. तो चांगला-वाईट असा काही नसतो. एखाद्या समाजाने प्रगती केली, तर त्याला परिवर्तन मानता येईल, तर एखाद्या समाजाने मूल्य आणि प्रमाणकांच्या अर्थानुसार अधोगती केली, तरी त्यालादेखील परिवर्तनच मानता येईल.

ऑगबर्न या विचारवंताने म्हटल्याप्रमाणे समाज अमूर्त आणि मूर्त अशा दोन्ही पातळ्यांवर पुढे जात असतो. बरेचदा समाजातील मूर्त घटना वेगाने बदलतात. पण त्यामानाने अमूर्त गोष्टी बदलत नाहीत. परक्या समाजाच्या मूर्त बाबी ताबडतोब ग्रहण करता येतात. पण अमूर्त गोष्टी ग्रहण करता येत नाहीत. व्यक्तीला स्वतःच्या अमूर्त आणि अभौतिक परंपरांचा अभिमान असतो. परिणामी त्यात कोणताही बदल व्हावा, असे त्यांना वाटत नाही. पण भौतिक किंवा मूर्त बाबींना केवळ उपयुक्ततावादी मूल्य असते. त्यात फार वेगाने बदल होतात. पण त्या तुलनेने अभौतिक बदल मात्र होत नाहीत. परिणामी समाजात विविध प्रकारच्या समस्या निर्माण होतात. भौतिक तंत्रज्ञान स्वीकारून समाज स्वतःची प्रगती करून घेतो. पण त्या समाजाचे विचार मात्र पारंपरिक व अप्रगत असतात. जगातील बहुसंख्य समाजाची अशीच अवस्था

झालेली दिसून येते.

केवळ तांत्रिक परिवर्तन म्हणजेच बदल, असेही एक गट मानतो. या गटाच्या मतानुसार परिवर्तन हे दृश्य स्वरूपाचेच असते.

पण बहुसंख्य समाजशास्त्रज्ञ तांत्रिक परिवर्तनाबरोबर अभौतिक किंवा अमूर्त परिवर्तनदेखील महत्त्वाचे मानतात. सगळ्या प्रकारच्या समाजामध्ये प्रतिगामी आणि पुरोगामी या दोन प्रकारांमध्ये लोकांचे विभाजन झालेले असते. पुरोगामी लोकांची संख्या जर समाजात जास्त असेल, तर थोड्या वेगाने बदल होण्याची शक्यता निर्माण होते. परंतु प्रतिगामी लोकांची संख्या समाजात अधिक असल्यामुळे परिवर्तन फार वेगाने होत नाही, असे लक्षात आलेले आहे.

डार्विनच्या नियमाप्रमाणे जे काळाबरोबर राहिले, ते टिकले अन् जे राहिले नाहीत, त्यांना काळानेच नष्ट केले. अनेक आदिवासी समुदाय वर्षानुवर्षे अन् पिढ्यान्पिढ्या अपरिवर्तनीय अवस्थेत राहिले. परिणामी त्यांचे अस्तित्व धोक्यात आले किंवा कित्येक जमातीच नष्ट झाल्या.

काळाबरोबर टिकून राहण्यासाठी कोणत्याही समाजाने प्रगत समाजाशी आपली तुलना करून, प्रसंगी त्यांचे अनुकरण करून स्वतःत बदल घडवून आणणे, ही काळाची गरज बनलेली आहे.

१४

दहशतवाद आणि मानवी हक्क

मानवी हक्कांची संरचना त्या-त्या समाजातील विविध मानवी गट आणि त्यांच्या प्रथा-परंपरा लक्षात घेऊन केली जाते. कायद्याबरोबर प्रथा-परंपरांनाही सामाजिक जीवनात फार महत्त्वाचे स्थान आहे. प्रत्येक समाजाला आपल्या सभासदांचे हित जपण्याचा प्रयत्न करावा लागतो. समाजात वेगवेगळ्या प्रकारची विषमता आहे. या विषमतेतूनही व्यक्तीला तिच्या मूलभूत गरजा पूर्ण करता याव्यात व त्यासाठी वातावरण निर्माण करून देता यावे, यासाठी समाजसंरचनेला प्रयत्नपूर्वक कार्य करावे लागते. विषमता आणि समानता ही दोन्हीही समाजाची महत्त्वाची लक्षणे मानली जातात. धर्म, जात, आर्थिक वर्ग, व्यक्तिमत्त्व या बाबतींत समाजात राहणाऱ्या लोकांमध्ये विषमता असली, तरी निदान काही बाबतींत तरी समाजात राहणाऱ्या लोकांचे एकमत असणे आवश्यक आहे. व्यक्ती समाजात का राहतात? याची खालील काही कारणे सांगता येतात –

१) व्यक्तींच्या विविध प्रकारच्या गरजा समाजात पूर्ण होतात.

२) ह्याच समाजात राहिले पाहिजे, असे व्यक्तीला मनापासून वाटते.

३) काही प्रमाणात अडचणी येणारच, हे लोक गृहीत धरतात.

४) उदरनिर्वाहाशिवाय आपली इच्छित प्रगती समाजातच होईल, याची लोकांना खात्री पटलेली असते.

५) याच समाजात आपण सुरक्षित राहू शकतो, याची खात्री लोकांना पटलेली असते.

६) आपल्या गरजा अन् त्या पूर्ण करण्याच्या पद्धती याबद्दल आपल्यामध्ये आणि समाजातील इतर लोकांमध्ये समानता आहे, याची खात्री व्यक्तीला पटलेली असते.

७) सर्व स्तरातील लोकांना त्यांच्या गरजा त्यांच्या स्तरावर पूर्ण करता याव्यात, यासाठी समाजात एक यंत्रणा निर्माण केलेली असते.

केवळ जिवंत राहणे, हा लोकांचा सामाजिक जीवन जगण्याचा उद्देश नाही, तर केवळ पशूपक्ष्यांप्रमाणे जिवंत न राहता आपल्या इच्छित क्षेत्रात योग्य ती प्रगती आपल्या कुवतीनुसार करणे, हेदेखील लोकांचे ध्येय असते. यासाठी सर्व लोक समाजातल्या रूढी-परंपरांचे पालन करतात आणि ही एकत्वाची भावना लोकांच्या मनात निर्माण करण्याचे महत्त्वाचे कार्य समाजाच्या माध्यमातून पार पाडले जाते.

प्रत्येक समाजात सर्वांचे समाधान होईल व त्यांच्या जीवन जगण्याला एक मानसिक आधारही प्राप्त होईल, या सर्व बाबींचा विचार करून एक समाजव्यवस्था स्वीकारलेली असते. या समाजव्यवस्थेत ज्ञान, संस्कृती, व्यक्तिमत्त्व, प्रथा, परंपरा या सर्वांचा समावेश झालेला असतो. सगळ्यांमध्ये कालमानानुसार परिवर्तन घडते. परिवर्तनाशिवाय कोणताही समाज फार काळपर्यंत अस्तित्वात राहू शकत नाही. कधी या परिवर्तनाची गती मंद असते, तर कधी ते वेगाने घडते. समाजातील लोक पुरोगामी आहेत की प्रतिगामी, यावर परिवर्तनाची गती अवलंबून असते. परिवर्तन भौतिक आणि अभौतिक या दोन्हीही प्रकारचे असते. कोणत्याही समाजात भौतिक परिवर्तन फार वेगाने स्वीकारले जाते. कारण भौतिक घटकांशी लोकांच्या भावना फारशा निगडित झालेल्या नसतात. परंतु अभौतिक बदल मात्र अतिशय मंद गतीने होतात. लोकांना असल्या अभौतिक संस्कृतीचा अभिमान असतो. मानवी हक्कांचा समावेश अभौतिक संस्कृतीमध्ये करावा लागेल. भारतीय समाजाचा विचार केला, तर सध्या जे मानवी हक्क आपण मानतो, ते काही नव्याने निर्माण झालेले मानवी हक्क नाहीत, तर ते भारतीय समाजात कित्येक पिढ्यांपासून चालत आलेले आहेत.

कोणत्याही समाजात मानवी हक्क हे त्या समाजातील धर्माचा, जातीचा,

प्रांताचा आणि आर्थिकतेचा विचार करून निर्माण झालेले नसतात, तर सर्व स्तरांवरील व्यक्तींचा विचार मानवी हक्कांप्रमाणे केला गेलेला असतो. ज्याप्रमाणे कायद्यासमोर सर्व व्यक्ती समान असतात, त्याचप्रमाणे मानवी हक्कांसमोरही समान असतात. निदान समान असाव्यात, या व्यापक उद्देशाने मानवी हक्क निर्माण झालेले असतात. प्रत्येक व्यक्तीला सामान्य जीवन व्यवस्थित जगता यावे, समाजात राहून आपल्या सर्व आशाआकांक्षा पूर्ण करता याव्यात, व्यक्तीचा इतर व्यक्तींशी संघर्ष होऊ नये आणि कधीही सबलांनी दुर्बलांवर अन्याय करू नये या वेगवेगळ्या कारणांनी प्रत्येक समाजात मानवी हक्कांची निर्मिती झालेली असते. प्रत्येक देशात लोक जी नीतिमूल्ये पाळतात, त्याला बऱ्याच अंशी मानवी हक्कांच्या संभावना जबाबदार असतात. थोडक्यात मानवी हक्क हे सगळ्या समुदायाला लक्षात ठेवून निर्माण केलेले असतात.

दहशतवाद :

स्वातंत्र्यप्राप्तीनंतरच भारतीय समाजाला दहशतवादाच्या समस्येला तोंड द्यावे लागले. दहशतवादाची खरी सुरुवात फाळणीच्या वेळेसच झाली. १९४८ साली फाळणी झाली, तेव्हा धार्मिकतेच्या आधारावर प्रचंड प्रमाणात हिंसाचार झाला. त्याच वेळी भारतापुढची भविष्यातील समस्या 'दहशतवाद' हीच असेल, असे भाकीत त्या वेळी समाजशास्त्रज्ञांनी केलेले होते. सध्याच्या काळात दहशतवाद पसरविणाऱ्या नक्षलवादी, माओवादी, आनंदमार्गी, तामीळ दहशतवादी, पाकिस्तानी दहशतवादी, काश्मिरी दहशतवादी यांची नावे आपण मोठ्या प्रमाणात ऐकतो.

दहशतवादी लोकांच्या समोर जे तात्कालिक ध्येय असते, ते प्रचलित मूल्यव्यवस्थेच्या विरुद्ध असते. त्याला अर्थातच व्यापक समाजाची मान्यता मिळणे शक्य नसते. कधी हे ध्येय लोकांची संपत्ती लुबाडण्याचे असते, तर कधी प्रचलित समाजव्यवस्था बदलण्याशी संबंधित असते.

जेनकिंग या विचारवंतांच्या मते, 'हिंसेची धमकी किंवा व्यक्तिगत दहशतीची कृती करून प्रामुख्याने दहशतीद्वारे भीती निर्माण करण्याच्या दृष्टीने आखलेली योजना म्हणजे दहशतवाद होय.'

दहशतवादी संघटना का निर्माण होतात? याचा शोध घेत असताना असे दिसून आलेले आहे की, समाजातील एखाद्या गटाला प्रचलित समाजव्यवस्था मान्य नसते. सद्य परिस्थितीतील व्यवस्थेमध्ये त्वरित परिवर्तन व्हावे, अशी त्यांची अपेक्षा असते. तसेच अहिंसापूर्वक परिवर्तनावर त्यांचा विश्वास नसतो. परिवर्तन हे हिंसात्मक कारवायांनी

होणे शक्य आहे, यावर दहशतवाद्यांचा नितांत विश्वास असतो. दहशतवादी व्यवस्थेची काही लक्षणे खालील प्रमाणे आहेत –

१) साधारणतः एकाच विचाराचे लोक एखादी संघटना तयार करतात अन् त्याला विशिष्ट नाव देतात.

२) या संघटनेत सामील होणाऱ्या सदस्यांवर पूर्णतः संघटनेचा अधिकार असतो. संघटनेच्या सर्व नियमांचे त्या सदस्यांना काटेकोरपणे पालन करावे लागते.

३) बल, शक्ती अन् हिंसाचार अशा विषयगामी घटकांवर दहशतवादी संघटनांचा विश्वास असतो.

४) आपल्या उद्देशाच्या पूर्ततेसाठी दहशतवादी संघटना अत्याधुनिक साधनांचा वापर करतात.

५) प्रामुख्याने प्रचलित व्यवस्था बदलणे हे सामुदायिक ध्येय असल्यामुळे दहशतवादी संघटना त्यासाठी सार्वजनिक मालमत्तेचे नुकसान आणि जैविक हिंसाचार फार मोठ्या प्रमाणावर करतात.

६) कधी-कधी सामान्य सामाजिक लोक, दहशतवादी आपल्या भल्यासाठी काम करीत आहेत, असे समजून त्यांना विविध प्रकारची मदत करतात.

७) दहशतवादी संघटना कोणत्याही कार्याचे व्यवस्थित नियोजन करतात.

८) सरकार आणि सामान्य लोक यांच्यात दहशतीची भावना निर्माण करून आपल्या संघटनेचे अस्तित्व वारंवार सिद्ध करणे, हे दहशतवादी स्वतःचे कर्तव्य समजतात.

९) दहशतवादी संघटनेला एखादे नेतृत्व असते अन् ते मान्य करणे, हे त्या संघटनेतील सर्वांचेच परमकर्तव्य मानले जाते.

आपल्या देशात वैयक्तिक दहशतवाद, सामूहिक दहशतवाद, प्रादेशिक दहशतवाद, धार्मिक दहशतवाद, आंतरराज्य दहशतवाद या प्रकारच्या दहशतवादी कारवाया सतत चाललेल्या दिसून येतात. दहशतवादात नियोजनाला अतिशय महत्त्व असते आणि जी कामगिरी हाती घेतली आहे, त्यांतील संभाव्य धोके अगोदरच लक्षात घेऊन तशी आखणी करण्यात येते. सामूहिक दहशत निर्माण करणाऱ्या टोळीचा एखादा नेता असतो व तो ह्या सर्व टोळीचे नियंत्रण करतो. ह्या टोळीतील सभासद प्रसंगी आत्महत्या करून, मानवी बॉम्ब बनून मरण पत्करतात. पण संघटनेची

गुप्तता कायम राखतात. विविध शहरांतदेखील दहशतवाद पसरविणाऱ्या अनेक टोळ्या अस्तित्वात आलेल्या दिसून येतात. बरेचदा या टोळ्यांत आपापसांत वैरभावना निर्माण झाल्यामुळे टोळीयुद्धे (Gang Wars) होताना दिसून येतात. सामुदायिक दहशतवाद फैलावणाऱ्या टोळ्या शहरांत संभावितपणे वावरतात व सामान्य व्यक्तीकडून खंडणी, हप्ते गोळा करताना दिसून येतात.

मानवी मूल्ये, हक्क आणि दहशतवाद :

वरील तीन संकल्पना एकमेकांशी जोडून बघितल्या, तर असे लक्षात येते की, समाजातील सर्वसामान्य व्यक्तींना शांतपणे जीवन जगावेसे वाटते. समाजातील ९५% लोक हे सहनशील, तडजोडी करणारे अन् शक्यतो संघर्ष टाळणारे असतात. परंपरेला मान्य असणारे वर्तनच लोक करतात. कारण समाजात जिवंत राहून शिवाय आपल्या वकुबाप्रमाणे प्रगती करणे, हे लोकांसमोरचे मुख्य ध्येय असते.

मानवी हक्क हे याचसाठी मुद्दाम निर्माण केले जातात की, प्रत्येक व्यक्तीला सामुदायिक जीवन जगता यावे. व्यक्तीला कायदा आणि परंपरा यांची सांगड घालता आली पाहिजे. आपल्या काही गरजा जरी पूर्ण झाल्या नाहीत, तरी समन्वयाची भूमिका व्यक्तीला घेता आली पाहिजे. व्यक्तीने स्वतः तर संघर्ष टाळावाच. पण संघर्ष करणाऱ्या व्यक्ती किंवा घटकांशी कोणताही संबंध ठेवू नये. या सगळ्या महत्त्वाच्या बाबींसाठी मानवी हक्क मुद्दाम निर्माण केले जातात.

स्वातंत्र्य, मानवता, बंधुता, धर्मनिरपेक्षता, लेखनस्वातंत्र्य, मुद्रणस्वातंत्र्य, बोलण्याचे स्वातंत्र्य ही सद्य परिस्थितीतील मानवी मूल्ये लोकांना सामाजिक जीवन जगण्याचे व्यासपीठ मिळवून देतात. पण दहशतवादी मनोवृत्तीचे लोक सामुदायिक हिताला प्राधान्य न देता वैयक्तिक हिताचा विचार करतात. त्याचमुळे कोणत्याही समाजात दहशतवादाला लोक पाठिंबा देत नाहीत. पण ते त्याला विरोधही करू शकत नाहीत. सध्याच्या भारतीय समाजव्यवस्थेत तर आपण दहशतवाद स्वीकारूनच जीवन जगणे कसे योग्य आहे, याचे समर्थन करताना दिसतो. याचे उदाहरण म्हणजे २६/११ चा मुंबईत घडलेला हिंसाचार सगळ्या जगाने प्रसारमाध्यमांद्वारे बघितला. हाताच्या बोटावर मोजण्याइतके दहशतवादी सगळ्या देशाला जेरीला आणून हिंसाचार कसा घडवितात, हे आपण बघितले आणि दोनच दिवसांनी मुंबईतील तडजोडवादी लोकांचे व्यवहार नित्याप्रमाणे सुरू झाल्यानंतर सगळ्यांनी असे म्हटले की, मुंबईला सावरण्याची सवय आहे. अशा दहशतवादी पद्धतीने मुंबईला कोणी घाबरून टाकू शकत नाही म्हणजे एक प्रकारे लोकांनी दहशतवादाला विरोध न करता तो शांतपणे

सहन करावा अन् तो संपल्यानंतर आपले व्यवहार पूर्वीसारखे सुरू ठेवावेत, हा नेभळट आदर्श संदेश आपली प्रसारमाध्यमे अन् समाजातील तथाकथित विचारवंत जगाला देताना दिसले. परिणामी लोकांनाही तडजोडीने जगणे म्हणजे संस्कृती पाळणे, असे वाटू लागले.

अनेकांच्या मते हे समीकरण बदलण्याची गरज आहे. पुन्हा २६-११-२००८ चेच उदाहरण द्यावयाचे म्हटले, तर त्या दिवशी दिवसभर दहा-बारा दहशतवाद्यांचा नंगानाच शंभर कोटी मानवी हक्क मानणाऱ्या लोकांनी निमूटपणे पाहिला. ते दहशतवादी आणि आम्ही मानवी हक्कांची जपवणूक करणारे सामान्य लोक यांच्यात एकच फरक होता अन् तो म्हणजे दहशतवादी जिवावर उदार झाले होते अन् आम्ही आमचा जीव शाबुत कसा राहील, याचा विचार करीत होतो.

मानवी मूल्यांचे पालन करणारे लोक त्या मूल्यांसाठी प्रसंगी जीव देणारे असले, तरच समाजात मानवी हक्क निर्माण करता येतात. कोणत्याही प्रसंगाचा निर्भयपणे अन् जीवावर उदार होऊन जर सामना करण्याविषयीचे मानवी मूल्य अन् तो लोकांचा हक्क जर मान्य झाला, तर 'मूल्यांचे पालन करणारे दुबळे असतात.' हा वाक्प्रचारही नष्ट होईल.

दहशतवादाचे दुष्परिणाम समाजातील सामान्य जनतेला दीर्घकाळपर्यंत भोगावे लागतात. त्यामुळे वारंवार होणाऱ्या या दहशतवादाच्या निर्मूलनासाठी मानवी हक्कांबद्दलचे नियम बदलण्याची गरज जरी निर्माण झाली, तरी त्याबद्दल कोणाचीही काही हरकत असण्याचे कारण नाही. अन्यथा दुबळ्यांच्या कृतीला कोणतीही किंमत राहत नाही.

१५

घटते स्त्री-पुरुष प्रमाण : सामाजिक परिणाम

आजच्या काळात वैज्ञानिक सोयीसुविधांचे जे अनेक चांगले परिणाम झाले, त्यांतून समाजाला काही प्रतिकूल परिणामांनाही तोंड द्यावे लागले आहे. समाजातील स्त्रियांचे प्रमाण दिवसेंदिवस कमी होत आहे, ते कमी केले जात आहे. परिणामी लोकसंख्येतील असंतुलन वाढले आहे. येत्या काही वर्षांत जर हे असंतुलन असेच राहिले, तर सगळ्या समाजालाच वेगवेगळ्या प्रकारच्या समस्यांना सामोरे जावे लागणार आहे.

सध्या भारतीय समाजजीवनात गर्भजल परीक्षेच्या माध्यमातून मुलींचा गर्भ गर्भाशयातून काढून टाकण्याचे प्रकार सर्रास होताना दिसून येतात. हा वैज्ञानिक सुविधांचा दुष्परिणाम आहे.

सध्या आधुनिकीकरणाची लाट सर्वत्र आलेली आहे. त्यांतून 'एक अपत्य पुरे' ही विचारधारा सर्वत्र मान्यता पावत चाललेली आहे. परिणामी पहिले अपत्य मुलगा झाल्यानंतर कुटुंबनियोजन केले जाते. यामुळेही स्त्रियांच्या संख्येत लक्षणीय घट होत चाललेली आहे. या घटीमुळे भविष्यकाळात विवाहसंस्थेमध्ये लक्षणीय परिवर्तने होतील अन् वेगवेगळ्या समस्यांना तोंड द्यावे लागेल.

स्त्री-पुरुषांचे लोकसंख्येचे प्रमाण हे स्त्रियांच्या सामाजिक दर्जावर बऱ्याच प्रमाणात अवलंबून आहे. आज आधुनिकीकरणाच्या आणि पाश्चिमात्यीकरणाच्या विळख्यात सापडूनही भारतीय समाजातील स्त्रियांचा दर्जा दुय्यमच आहे, हे खेदाने नमूद करावे लागेल. आजच्या सामाजिक समस्यांपैकी बहुतेक सर्व समस्यांमध्ये स्त्रिया भरडल्या जातात, हे लक्षात येते. वेश्याव्यवसाय, बालविवाह, विजोड विवाह, स्त्रियांना वेगवेगळ्या कारणांनी होणारी मारहाण, त्यांच्या आरोग्याची बालवयापासूनच होणारी हेळसांड, केवळ विवाह करण्यासाठीच स्त्रीचा जन्म झालेला आहे, असे मानणारी पारंपरिकता, स्त्रीच्या चारित्र्यविषयक कल्पनेचे माजविलेले स्तोम, त्यांतून निर्माण होणाऱ्या बलात्कारासारख्या समस्या या सगळ्यांचा विचार केला, तर असे लक्षात येते की, बहुतांश समाजव्यवस्थांत स्त्रियांवर अत्याचार होणे, ही सर्वसामान्य बाब मानली जाते. आज अगदी उच्चशिक्षित कुटुंबांतूनदेखील मुलींचा वारंवार अपमान करणे, ती प्रथम स्त्री आहे, याची जाणीव तिला करून देणे, विवाह हा तिच्या जीवनातील एकमेव संस्कार आहे, हे तिला बजावून सांगणे या सगळ्या बाबींतून स्त्रियांचा दुय्यम सामाजिक दर्जा लक्षात येतो. आजचे सर्व टीव्ही चॅनेल्स तर स्त्रीचा वापर भोगदासीप्रमाणे करीत असलेले दिसून येतात.

अगदी वेदोत्तर काळापासूनचा भारतीय समाजाचा इतिहास तपासला, तर हे लक्षात येते की, केवळ वैदिक काळात म्हणजे इ.स.पू. ६०० च्या अगोदरच्या काळात स्त्रियांचा सामाजिक दर्जा पुरुषांच्या बरोबरीचा होता. त्यानंतरच्या काळात स्त्रियांना सदैव दुय्यम दर्जाची वागणूक समाजात मिळालेली दिसून येते. 'मनू' चा जबरदस्त प्रभाव भारतीय समाजमनावर पडल्यामुळे सती जाणे, केशवपन, स्त्रियांच्या हत्या या प्रथा भारतीय समाजात मोठ्या प्रमाणावर निर्माण झाल्या. इ.स. १३०० ते १६०० हा कालखंड इतिहासात 'संतांचा काळ' म्हणून ओळखला जातो. विविध संतांनी स्त्री-पुरुष समानतेबद्दल आपल्या प्रवचनांतून प्रबोधन केल्याचे दिसते. पण दुर्दैवाने संतांच्या या समानतेच्या प्रयत्नांना फारसे यश येऊ शकले नाही. त्यानंतरच्या इंग्रजांच्या काळात सतीप्रथा, बालविवाह इ. परंपरा कायद्याने बंद केल्या, तरीही स्त्रियांच्या कनिष्ठ सामाजिक दर्जात फारसा बदल झालेला दिसून येत नाही. कालांतराने नंतरच्या काळात तर स्त्री-पुरुष असमानतेने कळस गाठलेला दिसून येतो.

गेल्या शंभर वर्षांपासून भारतीय समाजात औद्योगिकीकरणाची प्रक्रिया वेगाने सुरू झाली. या प्रक्रियेचे समाजातील विविध संस्थांवर वेगवेगळे परिणाम झाले. लोकांचे ग्रामीण भागातून शहरी समाजाकडे स्थलांतर झाले, रोजगाराच्या विविध सोयी शहरात निर्माण झाल्या. शिक्षणसंस्थांचे व्यापक जाळे निर्माण झाले. नागरी

जीवनाविषयी लोकांना आकर्षण वाटू लागले. तसेच व्यक्तीचा दर्जा हा तिच्या अंगभूत गुणांपेक्षाही तिच्याजवळ असणाऱ्या पैशावरून ठरू लागला. व्यक्तीचे समाजातील परस्परसंबंधही आर्थिकतेच्याच आधारावर निर्माण झाले.

नागरीकरणाच्या या व्यापक परिवर्तन प्रक्रियेत स्त्रियांबद्दलचा जुनाट दृष्टिकोन बदलण्यात काही प्रमाणात मदत झाली. स्त्रिया शिक्षणाबरोबरच सर्वच क्षेत्रांत आघाडीने पुढे येऊ लागल्या. तरीही आज स्त्रियांचा कनिष्ठ समाजिक दर्जा मात्र कायमच आहे, असे दिसून येते. आज कुटुंबातून मुलगा-मुलगी असे भेद केले जातात. मुलाच्या आणि मुलीच्या पालनपोषणामध्ये भेद केला जातो. सुरुवातीपासूनच कुटुंबात मुलींबाबत एक तटस्थ दृष्टिकोन ठेवला जातो. स्त्री कितीही कर्तृत्ववान असली, तरी तिच्या कर्तृत्वाला मर्यादा घालणारी समाजरचना ही पुरुषप्रधानच राहिली आहे, हे मान्य करावे लागेल.

पारंपरिक समाजात जननप्रमाण जास्त असल्याने अन् संततीप्रतिबंधक साधने उपलब्ध नसल्याने स्त्रियांचे प्रमाण वाढलेले होते. परिणामी आपल्या समाजात बहुपत्नी विवाहप्रथा सुरू झाली. आज विज्ञानाच्या मदतीने स्त्रीगर्भ नष्ट करता येऊ लागल्यामुळे 'मुलींचा जन्म नकोच' अशी मानसिकता निर्माण झाली आहे व ही मानसिकता भविष्यकाळात वाढत जाण्याची शक्यता मोठ्या प्रमाणावर वाढलेली आहे.

भावी काळातील समस्या -

१) इरावन, नायर या केरळकडील जमातींमध्ये स्त्रियांचे प्रमाण कमी असल्यामुळे बहुपती विवाहपद्धती निर्माण झाली आहे.

२) बहुपती विवाहाच्या गाध्यगातून स्त्रियांवर लैंगिक अत्याचार वाढतील.

३) विवाहासाठी स्त्रियांना त्यांच्या घरातून पळवून नेण्याचे प्रमाण वाढेल.

या समस्या टाळावयाच्या असतील, तर आमच्या मते खालील काही उपाययोजना करणे जरुरीचे आहे -

१) गर्भजल परीक्षा होऊ नये, यासाठी कडक कायदे करणे.

२) गर्भजल परीक्षा करणाऱ्या डॉक्टरांचे प्रमाणपत्रच रद्द करणे.

३) मुलींसाठी विविध शैक्षणिक अन् शिष्यवृत्तीच्या योजना सुरू ठेवणे.

४) प्रत्येक कुटुंबातील मुली शिक्षण घेतील, याकडे लक्ष देणे.

याचसाठी अलीकडच्या काळात लोकसंख्या शिक्षणाची आवश्यकता व्यापक प्रमाणात निर्माण झालेली आहे. लोकसंख्या शिक्षण हे शालेय शिक्षणाबरोबर दिले

जावे. जेणेकरून भावी पिढीला लोकसंख्यावाढीचे अन् असंतुलित लोकसंख्येचे दुष्परिणाम कळतील. लोकसंख्या शिक्षणामध्ये आरोग्यशिक्षण, कौटुंबिक स्वास्थ्य यांचाही समावेश करणे आवश्यक आहे. केवळ पैशांअभावीच कौटुंबिक समस्या निर्माण होतात, असा एक गैरसमज आहे. पैशाअभावी बेकारी, कर्जबाजारीपणा यांसारख्या समस्या निर्माण होतात. परंतु कित्येकदा पैसा कमी असूनही लोक समाधानी असलेले दिसून येतात.

भारतातील विविध अंधश्रद्धा लोकसंख्या शिक्षणामुळे घालविता येऊ शकतील. आजही भारतात मुलगा होणे, वंशाला दिवा मिळणे यांसारखे विचार कायम आहेत. लोकसंख्या शिक्षणाच्या माध्यमातून मुलामुलींमध्ये समानतेची भावना जर निर्माण केली गेली, तर बऱ्याच प्रमाणात प्रश्न सुटतील.

लैंगिक जीवन हा प्रत्येकाच्या आयुष्यातील अटळ आणि नैसर्गिक घटक आहे. असे असले तरी भारतात परंपराप्रियता असल्यामुळे वयात आलेल्या मुलामुलींना जाणीवपूर्वक लैंगिक ज्ञानापासून दूर ठेवले जाते. परिणामी लैंगिक घडामोडींबद्दलचे घोर अज्ञान बाल्यावस्थेपासूनच निर्माण होते अन् कालांतराने त्या अज्ञानाचा विकास होत जातो. लैंगिक शिक्षणाचा समावेशदेखील लोकसंख्या शिक्षणात झाला, तर लोकांच्या मनातील लैंगिक अज्ञान दूर करण्यासाठी त्याचा उपयोग होईल.

मुला-मुलींसारखे लिंगविषयक भेद प्रबोधनानेच नष्ट करता येऊ शकतील. त्यासाठी सरकारबरोबर स्वयंसेवी संस्था, राजकारणी लोक व या प्रश्नाविषयी आस्था असणाऱ्या प्रत्येकाचा वापर करून घेता येईल.

१६

सामाजिकीकरण : एक प्रक्रिया

सामाजिकीकरणाची शास्त्रशुद्ध व्याख्या समाजशास्त्राच्या प्राध्यापकांकडून विद्यार्थ्यांना शिकविली जाते. मी स्वतः गेल्या पंचवीस-सव्वीस वर्षांपासून सामाजिकीकरणाची प्रक्रिया वर्गात शिकवितो आहे. पण प्रत्येक वेळी ही प्रक्रिया शिकविताना एक नवीन अनुभव आल्यासारखा वाटतो. यापूर्वी आपण हे कधीही शिकविलेले नसून या वर्षी नव्यानेच शिकवित आहोत, अशा तऱ्हेची जाणीव मला स्वतःला होते. विषयात सामाजिकीकरणाची साधी सरळ व्याख्या आहे की, ज्यक्तीला ज्या समाजात जन्मभर राहावयाचे आहे, त्या समाजाची माहिती त्या व्यक्तीला करून देणे म्हणजे सामाजिकीकरण होय. प्रत्येक समाजाची जीवन जगण्याची एक संरचना ठरलेली असते, पवित्र-अपवित्रतेच्या काही कल्पना ठरलेल्या असतात. काही नियम ठरलेले असतात, जन्माला आलेल्या प्रत्येक व्यक्तीने या सगळ्या साच्यात सामावून घेणे आवश्यक असते. त्यासाठी हा 'साचा' नेमका कसा आहे, हे तिला समजावून सांगणे गरजेचे आहे. हे सगळे समजावून सांगण्याची प्रक्रिया म्हणजेच सामाजिकीकरणाची प्रक्रिया. ज्या प्रक्रियेद्वारे व्यक्ती समाजाची सन्माननीय सभासद बनते आणि स्वतःची स्वत्वविषयक भावना सामाजिक स्वत्वात विलीन करून टाकते, ती प्रक्रिया म्हणजे सामाजिकीकरणाची प्रक्रिया होय. व्यक्तीला काही देणग्या निसर्गदत्त आहेत, तर

काही गोष्टी तिला शिकविल्याशिवाय येत नाहीत. व्यक्तीला स्वरयंत्र आहे. पण तिला बोलणे शिकवावे लागते, हातपाय आहेत, पण चालणे शिकवावे लागते, मलमूत्र विसर्जन या भावना आहेत, पण या गोष्टी नेमक्या कोणत्या पद्धतीने कराव्यात, हे पुन्हापुन्हा सांगावे लागते अन् ते करवून घ्यावे लागते. भुकेची भावना व्यक्तीच्या मनात निर्माण होते, पण ती केव्हा निर्माण व्हावी अन् कोणत्या अन्नपदार्थाद्वारा पूर्ण व्हावी, हे व्यक्तीला सांगावे लागते.

मॅकडुगल नावाच्या मानसशास्त्रज्ञाच्या मते व्यक्तीच्या मनात १४ प्रकारच्या सहजप्रवृत्ती असतात. प्रेम, द्वेष, तिटकारा, क्रोध, वासना या सगळ्या सहजप्रवृत्तीच आहेत. पण या सगळ्या अमूर्त सहजप्रवृत्ती मूर्त क्रियेच्या माध्यमातून प्रत्यक्षात आणताना कोणती कृती करावी अन् कोणती टाळावी, याविषयी व्यक्तीला पुन्हापुन्हा मार्गदर्शन करून तिच्याकडून या सहजप्रवृत्तीला समांतर अशा प्रकारच्या कृती करवून घ्याव्या लागतात.

समाजात जीवन जगताना 'सामाजिकता' फार महत्त्वाची आहे. एकाच समाजात जीवन जगणाऱ्या सर्व व्यक्तींच्या काही गरजा सारख्या पद्धतीने पूर्ण व्हावयास पाहिजेत. काही गरजा, काही समान भावनांच्या द्वारे व्यक्त व्हावयास पाहिजेत. साचेबद्ध वर्तन यालाच म्हणतात. ज्याप्रमाणे चकल्या किंवा शेव बनविण्याचा साचा सगळ्या वस्तू सारख्याच बनवितो, त्याचप्रमाणे मानवी समाजाच्या जीवन जगण्याच्या प्रत्येकाच्या पद्धती समान बनविणे आवश्यक असते अन् त्या समान बनविण्याचे कार्य सामाजिकीकरणाच्या द्वारे पार पाडले जाते.

बोगार्डस या समाजशास्त्रज्ञाच्या मते, ज्या प्रक्रियेमुळे व्यक्ती परस्पर सहकार्याने एकत्र राहण्यास शिकतात, सर्व माणसांच्या कल्याणासाठी, सुखासाठी धडपड करतात व अशा प्रयत्नांत स्वेच्छेने काही सामाजिक बंधने अन् नियंत्रण यांचे पालन करून सामाजिक कर्तव्य बजावीत स्वतःच्या व्यक्तिमत्त्वाचा सर्वांगीण अन् समतोल असा विकास साधतात, त्या प्रक्रियेला सामाजिकीकरण म्हणतात.

Socialization is the process, whereby persons learn to behave dependably together on behalf of human welfare and in so doing experience social self-control, social responsibility and balanced personality.

जॉन्सन या शास्त्रज्ञाच्या मते, ज्या प्रक्रियेद्वारे व्यक्ती समाजात असताना आपली सामाजिक भूमिका योग्य पद्धतीने पार पाडावयास शिकते, त्या प्रक्रियेला

सामाजिकीकरण असे म्हणता येईल.

Socialization is learning that enables the learner to perform social roles. Thus, not all learning is socialization, since presumably some learning is irrelevent to motivation and ability necessary for participation is social systems.

वरील सर्व व्याख्यांचा सारांश सांगताना असे म्हणता येईल की, समाजात जीवन जगत असताना व्यक्ती आपल्या गरजांची तृप्ती विशिष्ट पद्धतीने करून घेण्यास शिकते. भावनांची अभिव्यक्ती विशिष्ट पद्धतीने करते. आजूबाजूच्या वातावरणाशी ठरावीक पद्धतीने संबंध ठेवते. इतर लोकांच्या सहवासात, क्रिया-प्रतिक्रियांद्वारे व्यक्तीचे हे शिक्षण कळत-नकळत होत जाते. व्यक्तीला तिचे संपूर्ण जीवन समाजात जगावयाचे असल्यामुळे समाजाची सांगोपांग माहिती ठरावीक वयात मिळविणे आवश्यक असते आणि ही प्रक्रिया सामाजिकीकरणाद्वारे घडत असते, म्हणून सामाजिकीकरणाची प्रक्रिया ही व्यक्ती आणि समाज यांना जोडणारा पुल आहे, असे म्हटल्यास वावगे ठरू नये.

मानवाचे अपत्य हे जन्मतः एक मांसाचा गोळा असते. या मांसाच्या गोळ्याला समाजात जीवन जगण्यासाठी लायक बनविण्याचे महत्त्वाचे कार्य सामाजिकीकरणाची प्रक्रिया करीत असते. मनुष्याच्या गरजा तो आपल्या मताप्रमाणे पूर्ण करू शकत नाही, तर या गरजा कशा पूर्ण कराव्यात, याविषयीचे काही नियम समाजात निश्चित झालेले असतात. हे नियम मानवाच्या मांसाच्या गोळ्याला शिकविणे, यालाच संस्कार असे म्हणतात. थोडक्यात सहजप्रवृत्तीला आवर घालून त्यांतून सामाजिक प्रवृत्तीची वाढ मानवी मनात करणे हेदेखील सामाजिकीकरणाचे महत्त्वाचे कार्य आहे.

समाजजीवन जगताना काही तडजोडी अटळ आहेत. सगळ्याच गोष्टी व्यक्तीच्या मनाप्रमाणे घडणार नाहीत, तर ज्या घडतात त्या मनाप्रमाणे आहेत, असे गृहीत धरून व्यक्तीला स्वतःचे वर्तन ठेवावे लागते. समाजातील इतर व्यक्तींशी अनुकूलन साधत आपले वर्तन इतरांच्या वर्तनाबरोबर ठेवणे हीदेखील महत्त्वाची भूमिका सामाजिकीकरणाची प्रक्रिया पार पाडते.

कुटुंबातील व्यक्ती, नातेवाईक, जवळचे मित्र, समाजातील इतर लोक, घडणाऱ्या घडामोडी, शाळा, शिक्षक या सर्वांच्या माध्यमातून लहान मूल अनुकरणाने काही गोष्टी शिकते, तर काही गोष्टी मुद्दाम धाक दाखवून त्याला शिकवाव्या लागतात.

समाजातील सर्व व्यक्ती जे वर्तन करतात, तेच योग्य आहे, असे मानून व्यक्तीला आपल्या अंगी ते भिनवावे लागते. हादेखील सामाजिकीकरणाचाच एक भाग आहे.

सामाजिकीकरण ही एक प्रक्रिया आहे. ती जीवनभर चालणारी आहे. एका ठरावीक वयात व्यक्तीला भलेही समाजाचे मूलभूत ज्ञान प्राप्त होईल, पण त्या ज्ञानाचा विकास हा तर जन्मभर होतच राहतो. सर्वसाधारणपणे वयाच्या अठराव्या वर्षापर्यंत व्यक्तीला मूलभूत सामाजिक गोष्टींचे ज्ञान मिळते. पण नंतरच्या आयुष्यात व्यक्तीला असेच चांगले–वाईट अनुभव येतात. या सगळ्या अनुभवांतून ती काहीतरी शिकत असते. ग्रहण करीत असते व त्या ग्रहण करण्याच्या संचितातून ती इतरांबद्दल आपले मत बनविते.कधीकधी पूर्णपणे ओळखीच्या संरचनेतून व्यक्तीला पूर्णपणे अनोळखी असलेल्या संरचनेत प्रवेश करावा लागतो. ही घटना कोणत्याही वयात घडू शकते. अशा वेळी आतापर्यंतचे सगळे अनुभव बाजूला ठेवून त्या नवीन अनोळखी संरचनेशी स्वतःला जुळवून घेणे हे व्यक्तीसमोरील फार मोठे आवाहन असते. पण सामाजिकीकरणाच्या प्रक्रियेद्वारे व्यक्तीच्या तडजोड करण्याच्या क्षमतेची जी प्रचंड प्रमाणात वाढ झालेली असते, त्यांतून पूर्णपणे अनोळखी रचनेशी व्यक्ती जुळवून घेते आणि जीवनातील हे कठीण आवाहन ती लीलया पेलताना दिसते. याची अनेक उदाहरणे सांगता येतील. समाजातील एका घरातील मुलगी दुसऱ्या घरात विवाहसोहळ्यानंतर जाणे, व्यक्तीची नोकरी संपून ती सेवानिवृत्त होणे, पुरुष विधुर होणे किंवा स्त्री विधवा होणे, श्रीमंत व्यक्ती गरीब बनणे, गरीब व्यक्ती श्रीमंत बनणे, आपल्या देशातून व्यक्ती परदेशात स्थलांतरीत होणे इत्यादी.

वरील सगळ्या उदाहरणांमध्ये असे दिसते की, आतापर्यंतची जुनी रचना सोडून व्यक्तीला अनोळखी अशा रचनेत जावे लागते अन् तिथे तिने जुळवून घ्यावे, अशी अपेक्षा असते आणि बहुतांश व्यक्ती नवीन रचनेशी जुळवून घेतात. व्यक्तीला ही अभूतपूर्व शक्ती सामाजिकीकरणाच्या प्रक्रियेमुळेच प्राप्त होते आणि ती अनेक ठिकाणी वापरून व्यक्तीला आपले सामाजिक जीवन सुसह्य बनविता येते.

सगळ्या क्रिया आपल्याच मनासारख्या व्हाव्यात, अशी अपेक्षा करणाऱ्या व्यक्तीला चारचौघांत जीवन जगणे शक्यच होणार नाही, म्हणून वेळप्रसंगी आपल्या इच्छांना मुरड घालून संरचनेची जशी गरज असेल, तशा प्रकारे व्यक्ती क्रिया करते. हा सामाजिकीकरणाचाच एक भाग होय.

व्यक्तीचे सामाजिकीकरण जर निरोगी झाले, तर तिचे व्यक्तिमत्त्व संतुलित

होईल आणि दर्जानुसार ज्या काही भूमिका तिच्या वाटेला आलेल्या आहेत, त्या पूर्ण जबाबदारीने पार पाडता येणे तिला शक्य होईल.

बरेचदा असा प्रश्न मनात येतो की, एकाच घरात राहणाऱ्या दोन व्यक्तींना सारखीच सामाजिक परिस्थिती उपलब्ध असते, त्यांना सारखेच नियम शिकविले जातात, एकसारखे संस्कार त्यांच्या मनावर बिंबविले जातात, तरीही या दोन व्यक्तींचे स्वभाव वेगवेगळे का होतात?

याचे उत्तर देताना हे सांगता येईल की, प्रत्येकाची शिक्षण घेण्याची अन् आजूबाजूच्या वातावरणाचा स्वतःच्या मनावर परिणाम होऊ देण्याची क्षमता वेगळी असते, म्हणून एकाच घरात त्या व्यक्तींचे स्वभाव परस्परभिन्न होऊ शकतात. सामाजिकीकरणाच्या प्रक्रियेला व्यक्ती कसाा प्रतिसाद देते, यावर तिचे भावी जीवन जगणे बऱ्याच प्रमाणावर अवलंबून आहे.

१७

धर्म आणि महाराजबाजी

धर्म म्हणजे लोकांच्या अलौकिक शक्तीविषयी असलेल्या विश्वासाची व्यवस्था होय. प्रामुख्याने व्यक्तीचे मानसिक भरणपोषण करण्याचे कार्य धर्म करतो. बहुतेक सर्वच समाजशास्त्रज्ञांनी धर्म हा अलौकिक शक्तीवर विश्वास ठेवणाऱ्यांचा मुख्य गट आहे, असे मानले आहे. समाजशास्त्रात धर्मसंस्था ही मानवी जीवनातील प्रमुख संस्था असल्यामुळे एक सामाजिक संस्था या नात्याने या संस्थेचा सर्वंकष अभ्यास करण्यात येतो.

जीवन जगत असताना काही अपेक्षांनुसार सगळ्या घटना घडत राहणे, हे मानवाला आवश्यक वाटते. परीक्षेमध्ये यश मिळावे, विवाहानंतर अपत्ये व्हावीत, शिकल्यानंतर नोकरी मिळावी, विवाहयोग्य वयात योग्य त्या ठिकाणी विवाह व्हावा, मनातल्या जोडीदाराची कल्पना प्रत्यक्षात यावी, राहणीमान चांगले ठेवता येईल एवढा पैसा नित्य मिळावा, परदेशातील-देशातील महत्त्वाच्या ठिकाणी जाणे शक्य व्हावे, समाजात एक व्यक्ती या नात्याने एक ओळख निर्माण व्हावी, मनात आणलेल्या

इच्छा व प्राप्त परिस्थिती यांची नेहमीच सांगड घातली जावी, दुःखद प्रसंगाशी आपल्याला सामना करण्याची वेळ येऊ नये इत्यादी....

मनात असलेली, पाहण्यात असलेली जी समाजमान्य व्यवस्था आहे, त्यानुसार सर्व क्रिया आपोआप घडाव्यात, असे व्यक्तीला वाटते व जेव्हा तसे होत नाही, तेव्हा तिचा अपेक्षाभंग होतो. जे आपण कल्पिलेले जीवन होते, ते हे नव्हे, याची खात्री पटते. उदा. सामान्यातल्या सामान्य व्यक्तीलाही जे सहज मिळते, तेदेखील बरेचदा प्रयत्न करूनही एखाद्या व्यक्तीला मिळत नाही. विवाहयोग्य वयात विवाह होत नाही, झाला तरी मनाविरुद्ध होतो, कुटुंबात राहता येण्याजोगे वातावरण असत नाही, पैसा येताच खर्च कसा होतो हे समजत नाही, सतत कोणी ना कोणी आजारी पडते, अपघातांची व मृत्यूची मालिका संपत नाही, अपेक्षित शिक्षण घेऊन किमान निर्वाहासाठीसुद्धा नोकरी मिळत नाही, स्पर्धेत आपण फार मागे पडलो, असे वाटते किंवा बरेचदा पैसा असतो, सगळ्या सुविधा उपलब्ध असतात. पण मार्ग सापडत नाही. या आणि यांसारख्या अनेक समस्या मानवी जीवनात निर्माण होतात. जीवनाशी लढता-लढता व्यक्ती थकते आणि आपणापेक्षा कोणत्यातरी श्रेष्ठ असणाऱ्या शक्तींना शरण जाते. अशा वेळी व्यक्तीची मानसिक अवस्था सारासार विचार करण्याजोगी राहत नाही. शिकलेली असूनही व्यक्ती तारतम्य भावनेने विचार करीत नाही. या अवस्थेतील व्यक्तींच्या जीवनात सध्या समाजात फोफावलेले महाराज प्रवेश करतात आणि मग व्यक्तीचा आणि तिच्या संपूर्ण कुटुंबाचाच ताबा घेतात.

धर्माची आणि धर्मामधील अलौकिक शक्तीची व्यक्तीला असलेली माहिती, कठीण प्रसंगावर अशा महाराजांनी काढलेले तोडगे, योगायोगाने खरी झालेली माहिती, कधी हातचलाखीच्या चमत्कारांद्वारे लोकांचा त्या महाराजांवर बसलेला विश्वास या सगळ्या गोष्टी एकत्र येतात अन् मग त्या महाराजांच्या भक्तसंख्येत वाढ व्हावयास वेळ लागत नाही.

समाजात मग फार वेगाने महाराजांचा प्रसार व्हावयास लागतो. एकाचे बघून दुसरा अशी शिष्यसंपदा वेगाने वाढते व असे महाराज प्रस्थापित व्हावयास वेळ लागत नाही.

समाजातील सर्वसामान्य लोकांच्या मनाच्या दुबळेपणाचा फायदा घेत-घेत ही महाराजबाजी वाढीला लागते व हजारो, लाखो सक्रिय लोक निष्क्रिय होऊन जे कित्येक वेळा वाचलेले आहे, तेच महाराजांच्या मुखातून ऐकण्यात धन्यता मानतात.

महाराज बनण्यासाठी फार काहीच लागत नाही. बिनभांडवली धंदा आहे हा.

खालील काही गोष्टी असल्या की, 'महाराज' बनण्याची प्रक्रिया फार वेगाने घडते-

१) स्वतःची छोटीशी बांधलेली जागा.

२) स्वतःचा पट्टशिष्य वर्ग तयार करण्यासाठी लागणारे कौशल्य.

३) किमान एक तास लोकांसमोर सुसंगत बोलता येईल, इतपत वक्तृत्व.

४) सर्वसामान्य जीवनामधील व प्रत्यक्ष लोकांना पावलोपावली दृष्टिपथात येतील, असे दृष्टांत.

५) मध्ये-मध्ये विनोद करण्याचे कौशल्य.

६) सध्याच्या तरुणांच्या व्यंगावर भाष्य करणे.

७) स्त्रियांबद्दल वर्षानुवर्षे प्रचलित असलेल्या विनोदांचाच वापर करणे.

८) प्रचंड आत्मविश्वास असणे. समोरचा भक्त कितीही मोठा व अधिकारी व्यक्ती असला, तरी त्याच्या नजरेला नजर देण्याचे सामर्थ्य असणे.

९) थोडासाही संकोच न बाळगण्याची कला. आपल्यामुळे इतरांना त्रास होतो आहे, हे न मानता उलट सामान्य भक्तांचे हे कर्तव्यच आहे, असे त्यांच्या मनावर वागण्याने ठसविण्याची कला.

१०) पट्टशिष्यांच्या माध्यमातून आश्रम मोठा करण्यासाठी, यज्ञ करण्यासाठी, भुकेल्यांना जेवू घालण्यासाठी, काही प्रकाशने सिद्ध करण्यासाठी सामान्य भक्तांकडून देणगी लाटण्याची कला.

एवढ्या सगळ्या गोष्टी जर एखाद्या व्यक्तीत एकत्रित झाल्या, तर ती व्यक्ती महाराज बनण्यास वेळ लागत नाही. रिकामटेकड्या, समाजात कोणतेही स्थान मिळवू न शकलेल्या, स्वतःच्या कुटुंबातही शून्य किंमत असणाऱ्या अन् कोठेतरी वेळ घालविण्यासाठी जागा शोधण्याच्या प्रयत्नांत असणाऱ्या लोकांना हे महाराज म्हणजे आयते घबाडच वाटतात. शिवाय आपण आहोत, त्यापेक्षा अधिकाधिक मूर्ख दिसणे यापलीकडे या पट्टशिष्यांना फारसे काही करावे लागत नाही. महाराजांच्या समवेत राहण्याच्या बहाण्याने त्यांचे महिनोन्महिने बाहेर निघतात, हीच त्यांच्यासाठी मोठी उपलब्धी असते. महाराजांचे महाराजपण वाढण्यावरच या पट्टशिष्यांचे पोटपाणी अवलंबून असते. परिणामी महाराजांच्या न घडलेल्या चमत्कारांविषयी समाजात व जो भेटेल त्याला सांगत सुटणे हा त्यांच्या पोटापाण्याचाच व्यवसाय असतो. या पट्टशिष्यांत त्या गावात थोडेसे वजन असणारेही सामील असले, तर महाराजांचे महाराजपण लोकांच्या मनावर ठसायला वेळ लागत नाही.

या नंतरचा टप्पा म्हणजे त्या महाराजांची वचने असलेली बोधवाक्ये तयार केली जातात, सर्वसामान्य वर्गाला अपील होईल अशी पारंपरिक भाषा वापरली जाते, फोटो तयार केले जातात, त्या महाराजाला एखाद्या प्रसिद्ध देवाचा अवतार मानले जाते, त्याच्या विविध मुद्रा असलेली कॅलेंडर्स लोकांच्याच पैशाने लोकांना विकली जातात.

त्याच्याही पुढचा टप्पा ही महाराजगिरी केवळ महाराज राहतो, त्या गावापुरती मर्यादित न ठेवता काही गावे निवडून तिथे सत्संग करणे, भोजनावळी, तिथे एखाद्या भक्ताकडे नियमित आरती, एखादे दरमहा निघणारे पत्र, त्यात निर्बुद्धपणे सांगितलेले अनुभव, वेगवेगळ्या गावात जागा घेऊन महाराजांचे आश्रम प्रस्थापित करणे अशा वेगवेगळ्या टप्प्यांतून महाराजांची महाराजगिरी सुरू राहते. यासाठी महाराजांना काही चमत्कारही करावे लागत नाहीत. पण एकदा बनलेली प्रतिमा कायम टिकवून ठेवण्याची कसरत मात्र करावी लागते.

अशा महाराजांना एक अतिशय अवघड गोष्ट करावी लागते अन् ती म्हणजे एकदा ही वस्त्रे चढविली की, त्यांना पुन्हा सामान्य व्यक्तीसारखे जीवन जगता येत नाही. सामान्य घडामोडींचा त्याग करून नित्य अलौकिकाकडे आपला प्रवास सतत सुरू आहे, असा भास नियमितपणे निर्माण करून ठेवावा लागतो.

कोणत्याही समाजात धर्माच्या नावाखाली असे महाराज सहज तयार होतात. या अंधश्रद्धा नसतात, तर लोकांची धर्माप्रती ही श्रद्धा आहे, तिचाच वापर यात बेमालूमपणे केला जातो. अर्थात यात सर्वसामान्य भक्तांचाही काही दोष नसतो. कारण धर्मातील प्रतीके निर्जीव असतात, त्यांच्याकडे जेमतेम प्रार्थना करता येते. पण लगेचच कोणत्याही समस्येवर त्यांच्याकडे उपाय नसतो. लोकांना अमूर्त धर्माची मूर्त प्रतीके महाराजांच्या रूपात मिळतात. मग लोक भजनी लागतात. पैसा खर्च करतात. तो महाराज ज्या गावात आहे, तिथल्या वाऱ्या करतात. पण शेवटी सर्वसामान्यांच्या व भक्तांच्या समस्या जागच्या जागी राहतात आणि महाराज श्रीमंत बनत जातात, हे चित्र आपण सर्वत्र पाहतो.

समाजशास्त्रामध्ये धर्मसंस्थेच्या अभ्यासाला फार महत्त्वाचे स्थान आहे. धर्मात अनेक खोट्या कल्पना असल्या, तरी लोकांचे मानसिक समाधान करण्याचे एकमेव साधन धर्म हेच आहे आणि स्पर्धेच्या आजच्या युगात मानसिक समाधानासाठी धर्म हीच एक सामाजिक व्यवस्था बनलेली आहे. समाजशास्त्रीय दृष्टिकोनाप्रमाणे धर्मसंस्था ही समाजाच्या मूलभूत सामाजिक संस्थांपैकी एक आहे. धर्मसंस्थेचा समाजातील

इतर सामाजिक संस्थांशी घनिष्ट संबंध असतो. धर्म हा मानवी वर्तनाचे दिग्दर्शन, नियंत्रण व नियमन करणारा तसेच सामाजिक नियंत्रण व संघटन घडवून आणणारा एक प्रभावी घटक आहे. धर्म हा मानवी समाजाच्या उदयापासून निसर्ग व मानव तसेच मानवा-मानवामधील संबंधांचे स्वरूप निर्धारित करण्यात महत्त्वाची भूमिका बजावीत आला आहे.

किंग्सले डेव्हिस यांच्या मते, ''धर्म हा मानवी जीवनात एवढा सार्वत्रिक, शाश्वत व व्यापक आहे की, धर्माचे स्वरूप लक्षात घेतल्याशिवाय समाजाच्या स्वरूपाचे यथार्थ आकलन होणार नाही.''

So universal, permanent and pervasive is religion in human society that unless we understand it, we fail to understand society.

- Kingsley Davis : Human Society.

एडवर्ड टायलर यांच्या मते, ''दैवी विभूतीच्या अस्तित्वावरील श्रद्धा म्हणजे धर्म होय.''

Religion is the belief in spiritual beings.

- Edward Tylor : Primitive Culture.

सर जेम्स फ्रेझर यांच्या मते, ''मानवापेक्षा श्रेष्ठ असलेल्या शक्ती ज्या निसर्ग व मानवी जीवन यांचे दिग्दर्शन व नियंत्रण करतात, अशी श्रद्धा असते, त्यांचे मन वळविण्यासाठी केला गेलेला प्रयत्न म्हणजे धर्म होय, असा मी धर्माचा अर्थ करतो.''

By Religion, I understand a propitiation or conciliation of powers superior to man which are believed to direct or control the course of nature & human life.

- Sir James Frazer : the Golden Bough.

मानवी जीवनाचे नियंत्रण करणाऱ्या मानवापेक्षा श्रेष्ठ असणाऱ्या शक्ती असतात, अशी श्रद्धा ठेवून मानवी जीवनात अनिष्ट टळावे, इष्ट घडावे म्हणून त्या शक्तींना प्रसन्न करून घेण्यासाठी करण्यात येणारे पूजा, प्रार्थना आदि विधी म्हणजे धर्म, अशी मुख्य कल्पना या व्याख्येत आहे.

विविध समाजशास्त्रज्ञांनी धर्माचा घेतलेला हा आढावा पाहिल्यानंतर हे लक्षात येते की, धर्म हा तसा मानवाच्या मानसिक समाधानासाठी व व्यक्तीची जीवनपद्धत

ठरवून देण्यासाठी तसेच नातेसंबंधांना सुदृढ करण्यासाठी समाजात आवश्यक आहे. परंतु महाराजबाजीमुळे हा मूळ उद्देश बाजूला राहतो. सर्वसामान्य व्यक्ती आणि धर्म यांच्यातील दलाल म्हणून महाराज वावरतात. परिणामी सामान्य भक्तांना न कळताच त्यांचे शोषण केले जाते. बरेचदा सर्वसामान्य भक्त अशा महाराजांच्या इतक्या आहारी जातात की, चमत्कारासारख्या बालिश गोष्टींवर विश्वास ठेवतात, स्वतःच्या वयाला व बुद्धीला न शोभणाऱ्या गप्पा मारतात. स्वतःचा कमकुवत मानसिकपणा महाराजांच्या भजनी लागल्याने नक्कीच दूर होईल, असा दुर्दम्य विश्वास बाळगतात.

बुवाबाजी करणारे आणि महाराजबाजी करणारे यांत फार मोठा फरक आहे.

बुवाबाजी करणाऱ्यांचे ढोंग कधीतरी उघडकीला येते, चमत्कार फार काळ साथ देत नाहीत, शिष्य दूर निघून जातात, बुवाबाजी करणाऱ्यांना शारीरिक वासना सोडत नाहीत. परिणामी स्त्रीभक्तांचे लैंगिक शोषण करताना ते रंगेहाथ पकडले जातात. त्यांची प्रसारमाध्यमांद्वारे बदनामी होते व एकेकाळी जे वलय त्यांच्याभोवती निर्माण झालेले असते, ते झपाट्याने कमी होते. पण महाराजबाजी करणाऱ्यांना कसलीही भीती नसते. कारण ते तसे दृश्य चमत्कार करीत नाहीत. त्यांची प्रवचने करण्याची ताकद उलट वरचेवर सक्षम बनत जाते. समाजात परिस्थितीने पिडलेले लोक असतातच. त्यामुळे जुने काही भक्त गेले, तरी नवीन भक्त येत राहतात. शिवाय बहुसंख्य महाराजांत घराणेशाही आहेच. शक्यतो मुलाला पुढे करून असे महाराज आपल्या मुलांना महाराज बनवून सपत्नीक तीर्थयात्रा करतात, भक्तांच्या नावाखाली परदेशवाऱ्या करतात, स्वतःचे इंग्रजी चांगले असल्यास, तर प्रश्नच नाही. परदेशातही त्यांची उत्तम बडदास्त ठेवली जाते.

थोडक्यात धर्माचा नक्की अर्थ काय, हे न समजलेले व कर्तृत्वहीन लोक जोपर्यंत समाजात वावरत आहेत, तोपर्यंत महाराजबाजीला मरण नाही.

१८

व्यक्तिमत्त्वविकास आणि समाज

'Personality' हा शब्द लॅटिन भाषेतील 'Persona' या शब्दापासून तयार झालेला आहे. पर्सोना (Persona) म्हणजे मुखवटा (Mask) किंवा बाह्यरूप. याचाच अर्थ असा की, व्यक्तीचे बाह्यरूप म्हणजे व्यक्तिमत्त्व.

परंतु व्यक्तिमत्त्वाची व्याख्या यापेक्षाही व्यापक आहे. प्रत्येक व्यक्तीला स्वतःचे व्यक्तिमत्त्व असते. समाजशास्त्रात हा शब्द व्यापक अर्थाने वापरला जातो. एखादी व्यक्ती काळी आहे की गोरी, उंच की बुटकी, सुंदर की कुरूप, अशा कोणत्याही भौतिक अर्थाने व्यक्तिमत्त्व शब्दाचा वापर केला जात नाही, तर प्रामुख्याने अमूर्त व अभौतिक अर्थाने व्यक्तिमत्त्व म्हटले जाते. व्यक्ती ज्या समूहाचा घटक आहे, त्या समूहाची संरचना ती आपल्यात बाणवते. जन्मभर ज्या समुदायात राहावयाचे आहे, त्या समुदायाच्या वागण्याच्या पद्धती व्यक्ती शिकते व त्यानुसार तिला जो दर्जा मिळतो, त्यावर आधारित भूमिका ती पार पाडते. ही भूमिका त्या व्यक्तीला व्यवस्थित पार पाडता आली, तर तिचे व्यक्तिमत्त्व चांगले, असे मानले जाते व भूमिका पार पाडताना ती गोंधळली, घाबरली किंवा तिची आकलनशक्ती कमी पडली, तर मात्र तिचे व्यक्तिमत्त्व खुरटे आहे, असे मानले जाते.

समाजशास्त्रात काही विचारवंतांनी व्यक्तिमत्त्व या संकल्पनेची व्याख्या केलेली आहे.

गार्डन ॲलपोर्ट म्हणतात की, व्यक्तीच्या मनो–शारीरिक पद्धतीचे असे गतीशील संघटन की, जे व्यक्तीची भोवतालच्या वातावरणाप्रतीची अनुकूलता निश्चित करते, त्याला व्यक्तिमत्त्व असे म्हणता येईल.

Personality is the dynamic organization within the individual of those psycho-physical systems, that determine his unique adjustments to his environment.

प्रत्येक व्यक्तीला स्वतःची मते असतात. तिला समाजात जगताना काही अनुभवही येतात. या अनुभवांच्या आधारे एक व्यक्ती इतर अनेक व्यक्तींबद्दलची मते निश्चित करतात व त्याप्रमाणे समाजात वागतात. उदा. रेल्वेस्टेशन किंवा गर्दीच्या ठिकाणी खिशातल्या पाकिटाची चोरी होण्याची जास्त शक्यता आहे, असे व्यक्तींच्या वर्तनाबद्दल व्यक्तीचे मत बनल्यानंतर ती अशा गर्दीच्या ठिकाणी सतर्क होते व जागरूकतेने वागू लागते म्हणजे व्यक्तिमत्त्व ही बदलणारी गोष्ट आहे. जसे प्रसंग बदलतात, तशा व्यक्ती बदलतात व व्यक्ती बदलणे याचा अर्थ व्यक्तीचे व्यक्तिमत्त्व बदलणे, असा होतो.

एका कुटुंबात जन्माला आलेल्या दोन भावांचेही व्यक्तिमत्त्व समान नसते. याचे कारण एक समान संस्कृती आपल्या अवतीभोवती आहे, पण या व्यापक संस्कृतीमधील जो भाग आपण ग्रहण करतो किंवा जो भाग आपल्याला ग्रहण करावासा वाटतो, त्यानुसार आपली व्यक्तिमत्त्वे बदलतात. उपजत प्रेरणा, अभिवृत्ती व सहजप्रवृत्ती आणि प्रत्यक्ष दृश्य स्वरूपातील सामाजिक घटना यांचे एकत्रीकरण व्यक्तीच्या व्यक्तिमत्त्वात होते. एकच अनुभव व्यक्तीला वारंवार येत राहिला, तर एका समान पद्धतीची प्रतिक्रिया तिच्याद्वारे व्यक्त होते. तो तिचा स्वभावच बनतो. त्यालाही उद्देशून व्यक्तिमत्त्व ही कल्पना वापरता येईल. मानवी मनात विविध प्रकारच्या १४ भावना जन्माला येतात. या भावनांच्या आधारे मानवाला प्रत्यक्ष कृती करावी लागते, प्रत्येक व्यक्तीची भावनांची अभिव्यक्ती करण्याची पद्धती वेगवेगळी असते म्हणजेच प्रत्येकाचे व्यक्तिमत्त्व भिन्न स्वरूपाचे असते, असे म्हणता येईल.

व्यक्ती सामाजिक घडामोडींबद्दल इतरांशी जे बोलते, त्यातही तिचे व्यक्तिमत्त्व सामावलेले असते. नकारार्थी व्यक्तिमत्त्वे व होकारार्थी व्यक्तिमत्त्वे हे फरक याच आधारावर करण्यात येतात.

याबाबतींत एक सर्वसामान्य प्रयोग करून पाहता येईल की, एकच चित्रपट दहा लोकांनी एकाच वेळी बघितला व तो संपल्यानंतर त्या दहा लोकांना त्या चित्रपटाविषयी आपापली मते व्यक्त करावयास सांगितली, तर काय होईल?

नक्कीच दहा भिन्न-भिन्न मते आपल्याला ऐकावयास मिळतील –

१) चित्रपट म्हणजे निव्वळ टाईमपास होता. काही अर्थ नाही.

२) चित्रीकरण खूपच सुंदर आहे. बाकी कथानकात दम नाही.

३) कथा चांगली आहे. पण कलाकारांचा अभिनय चांगला नव्हता.

४) नायिकेने पूर्ण खाल्लेला चित्रपट आहे.

५) नायकाने फार संयमित पद्धतीने भावना व्यक्त केल्या आहेत.

७) गाणे सुंदर. पण दिग्दर्शन भंकस.

यांसारखी असंख्य मते लोकांच्या माध्यमातून व्यक्त होऊ शकतील. ही व्यक्तिमत्त्वे वेगळी असल्याची लक्षणे आहेत. व्यक्ती एखाद्या घटनेबद्दल जे वर्णन करून इतरांना सांगते, त्यात तिचे स्वतःचे व्यक्तिमत्त्वही दडलेले असते. अनेक प्रतिक्रिया, अनेक मते म्हणजे खऱ्या अर्थाने अनेक व्यक्तिमत्त्वेच असतात.

ही विविध प्रकारची मते व्यक्तींची आहेत म्हणजेच विविध प्रकारच्या व्यक्तिमत्त्वाचे लोक समाजात राहतात. जितकी विविधता अधिक, तितकी विकासाची साधने अधिक असतात. जर एकाच प्रसंगाविषयी सर्वांची सारखीच प्रतिक्रिया झाली असती, तर मानवांतली विविधताच नष्ट झाली असती.

सामाजिकीकरणाच्या माध्यमातून व्यक्तीला समाजाबद्दलचे व आजूबाजूच्या लोकांबद्दलचे ज्ञान दिले जाते. काही गोष्टी शिकविल्या जातात व व्यक्तीकडून त्या करवून घेतल्या जातात. त्यांतून मनात समाजाला मुरविण्याचे काम व्यक्ती करतात व प्रत्येकाला येणारे अनुभव त्यात सामील होतात. याचे एकत्रित रूप म्हणजे व्यक्तिमत्त्व होय.

संस्कृतीवरच व्यक्तिमत्त्व आधारलेले आहे. समाजशास्त्रात व्यक्तिमत्त्वाचे विविध प्रकारही पाडले जातात. उदा. अंतर्मुखी व्यक्तिमत्त्व, बहिर्मुखी व्यक्तिमत्त्व, सर्जनशील व्यक्तिमत्त्व, निष्क्रिय व्यक्तिमत्त्व इत्यादी.

व्यक्तीचा स्वभाव हा तिच्या व्यक्तिमत्त्वावर आधारलेला असतो. 'स्वभावाला

औषध नाही.' असे म्हटले जाते. पण हे काही सत्य नाही. कारण प्रसंगानुसार स्वभाव बदलण्याचे कौशल्य प्रत्येक व्यक्तीजवळ आहे. व्यक्तिमत्त्वाला मुरड घालून तडजोड करण्याचे कौशल्य असल्याशिवाय व्यक्तीला जीवनच जगता येणार नाही.

व्यक्तिमत्त्व विकास (Personality Development) :

१) व्यक्तिमत्त्वाचा विकास झाला पाहिजे.

२) मुलांना व्यक्तिमत्त्व विकासाच्या शिबिरात सहभागी केले पाहिजे.

३) मुलांचा व्यक्तिमत्त्व विकास ही पालकांची जबाबदारी आहे.

४) खुरटलेले व्यक्तिमत्त्व काही उपयोगाचे नाही.

अशा तऱ्हेची वाक्ये आजकाल सतत कानावर पडतात. शहरीकरणाच्या प्रक्रियेत 'व्यक्तिमत्त्व सुधारणा' या गोष्टीला फार महत्त्व प्राप्त झालेले आहे. जागरूक पालक या नात्याने आपण मुलांच्या व्यक्तिमत्त्वाच्या वाढीसाठी जबाबदार आहोत, असे व्यक्तीला वाटते. साधारणतः पन्नास हजार लोकसंख्येच्या पुढचे गाव असले की, तिथे हमखास कोणीतरी 'व्यक्तिमत्त्व विकास कार्यशाळा' आयोजित करतात.

व्यक्तिमत्त्व विकास कार्यशाळा ही निव्वळ पैसे कमाविण्याची बाब आहे. कारण कोणत्याही शाळेमध्ये व्यक्तिमत्त्वाचा विकास करता येत नाही व व्यक्तिमत्त्वे घडविता येत नाहीत. मेंदूला काही काळ गुंगी आणणारे बोलता येणे म्हणजे व्यक्तिमत्त्व विकास नव्हे. नुसत्या भाषणांनी व्यक्तिमत्त्वे बनविता येत नाहीत, तर बनलेल्या व्यक्तिमत्त्वामध्ये व्यक्तीच्या मर्जीशिवाय बदलही करता येत नाही. ज्याप्रमाणे व्यक्तीच्या मर्जीशिवाय तिला संमोहित करता येत नाही, त्याचप्रमाणे तिच्या मर्जीशिवाय तिच्या विचारांतही बदल घडवून आणता येत नाहीत.

जोपर्यंत एखादा अनुभव व्यक्तीला येत नाही, तोपर्यंत व्यक्तीच्या व्यक्तिमत्त्वात बदल घडवून आणता येत नाहीत. सगळ्यांची व्यक्तिमत्त्वे सारखी होतील काय? एखाद्या घटनेबद्दल सगळ्यांच्याच प्रतिक्रिया समान राहतील काय? सगळ्यांना एकाच गोष्टीबद्दल ममत्व वाटेल काय? सगळ्यांना एकाच गोष्टीची घृणा येईल काय? या सगळ्या प्रश्नांचे उत्तर 'नाही' असे आहे.

सगळ्यांचे व्यक्तिमत्त्व समान बनविता येणे कठीण आहे. मुळात बनविण्याचा किंवा बिघडविण्याचा भाग व्यक्तिमत्त्वात संभवतच नाही.

१९

सामाजिक कायदे

आधुनिक समाजात सामाजिक नियंत्रणाची जी विविध साधने आहेत, त्यांमध्ये कायद्याला सर्वात महत्त्वाचे स्थान आहे. कारण कायद्याच्या मागे राज्यसंस्था, शासनसंस्था, कायदे राबविण्याची यंत्रणा, पोलीसयंत्रणा, न्यायसंस्था इ. प्रभावशाली शक्ती असतात व गुन्हा करणाऱ्याला मूर्त शिक्षा देण्याची सोय असते. त्यामुळे कायद्याचा प्रभाव समाजातील सदस्यांवर दडपणाने व भीतीपोटी पडतो. परिणामी व्यक्ती कायदेबाह्य वर्तन करण्याचे धाडस करीत नाही व सामाजिक नियंत्रण साधले जाते. आधुनिक समाजात अनेक धर्माचे, अनेक पंथाचे, अनेक रीतीरिवाजाचे लोक राहतात व राष्ट्रीय एकात्मतेमुळे व औद्योगिकीकरणामुळे रोजगाराच्या विविध साधनांच्या प्रभावाने शहरांची लोकसंख्या कायम वाढणारी असते. या सर्व व्यक्तींनी सामाजिक जीवन जगत असताना संघर्ष करू नये म्हणून सर्वांसाठी असलेली व कोणत्याही दर्जाच्या व्यक्तीला एकाच स्वरूपाच्या शिक्षेची सोय असलेली कायदा ही एक समाजमान्य यंत्रणा आहे.

ग्रामीण समाजरचनेवर रूढी-परंपरांचा प्रभाव जास्त असतो. त्यामुळे तिथे त्या साधनांद्वारे समाजनियंत्रण होऊ शकते. परंतु विकसित नागरी समाजात रूढी-परंपरा, लोकाचार इत्यादींना तेवढे महत्त्वाचे स्थान नसते. कुटुंबसंस्थेचा प्रभाव ग्रामीण

समाजात असतो. परंतु शहरात परस्पर तोकडे संबंध, धर्माविषयीची अनास्था, दुय्यम गटांचा समाजावरचा प्रभाव, प्राथमिक संबंधांचा अभाव, स्वार्थी संबंध, एकांतप्रिय समाज इ. अनेक कारणांमुळे हेवेदावे, गुन्हे इ. प्रवृत्ती नागरी समाजात वाढलेल्या असतात. त्यामुळे सामाजिक नियंत्रणाच्या दृष्टीने तिथे कायद्याची नितांत गरज आहे. कायद्याची निर्मिती काही विशिष्ट उद्देशामुळे होत असल्याने त्याचे स्वरूप स्पष्ट असते. आधुनिक काळातील गुंतागुंतीच्या समाजात व्यक्ती-व्यक्तींमधील संबंध स्पष्ट करण्यासाठी कायद्याची आवश्यकता असते. समाजात व्यक्ती-व्यक्तींमधील व गटागटांमधील व्यवहार सुरळीत सुरू ठेवण्यासाठी कायदे महत्त्वाची भूमिका पार पाडताना दिसतात.

सामाजिक जीवन जगताना एक सामाजिक चौकट महत्त्वाची असते. पण कालमानाप्रमाणे या चौकटीत बदल करणे नितांत गरजेचे असते. जुनी मूल्ये बदलतात, शिक्षण व्यवस्थेत आमूलाग्र परिवर्तने होतात. दर्जे, भूमिका यांचे संदर्भ बदलतात. काळाप्रमाणे काही घातक व समाजविघातक तसेच एखाद्या गटावर अन्याय करणाऱ्या रूढी-परंपरामध्ये बदल घडवून आणण्यासाठीही कायदे आवश्यक आहेत.

भारतीय समाजात वारसाहक्क, द्विभार्या प्रतिबंधक, हुंडाबंदी, बालविवाह, विवाहाचे वय, घटस्फोट या विषयीच्या सगळ्या नियमांत वेळोवेळी बदल घडवून आणण्यासाठी कायदे करावे लागलेले आहेत व कायदेशीर वर्तन लोकांवर बंधनकारक करावे लागले आहे. पण जर सामाजिक परंपरा व समाजमन कायद्याला अनुकूल नसेल, तर मात्र कायदे पालन न करण्याकडे समाजाचा कल झुकू लागतो, असे दिसून येते.

सामाजिक सुधारणा, सामाजिक परिवर्तन व सामाजिक संबंधांना आवश्यक ते वळण देणे कायद्यामुळे शक्य होते. मात्र कायद्याचे पालन कमी प्रमाणात केले जाते. समाजशास्त्रात अनेक शास्त्रज्ञांनी कायद्याची व्याख्या केलेली आहे.

कांट यांच्या मताप्रमाणे, ''कृतीची आवश्यकता व्यक्त करणारा कायदा हा एक सूत्र किंवा नियम आहे.''

Law is a formula which expresses the necessity of an action.

मॅकआयव्हरच्या मते, ''राज्याच्या न्यायालयांनी मान्य केलेल्या, अर्थनिर्वचन केलेला आणि विशिष्ट स्थितींना लागू केलेला विशिष्ट नियमांचा समुच्चय म्हणजे कायदा होय.''

Law is the body of rules, which are recognised, interpreted and applied to a particular situation by the court of state.

हॉलेंड यांच्या विचारानुसार, ''मनुष्याच्या बाह्य वर्तनावर सक्तीने निर्बंध घालणारा सार्वभौम राजकीय सत्तेचा सर्वसाधारण नियम म्हणजे कायदे होय.''

Law is a general rule of external human action enforced by sovereign political authority.

कायदा आणि समाजपरिवर्तन :

समाजामध्ये सामाजिक परिवर्तनाची प्रक्रिया सुरू राहावी म्हणून सतत कायदे किंवा अधिनियमांचा सामाजिक परिवर्तनाचे प्रभावी साधन म्हणून उपयोग केला जातो. कायद्याची समाजातील कार्ये सांगताना असे म्हणता येते की, प्रचलित समाजजीवन सुरळीतपणे चालण्यासाठी, सामाजिक स्थैर्य टिकविण्यासाठी व समाजविरोधी वर्तणुकीला आळा घालण्यासाठी कायद्याचा उपयोग करून घेतला जातो. परिवर्तनाच्या दृष्टिकोनातून कायद्याकडे पाहिले असता, असे दिसून येते की, समाजजीवनामध्ये सामाजिक परिवर्तन सुलभतेने व सनदशीर मार्गाने घडवून आणण्याचे कार्य कायद्याद्वारे पार पाडले जाते. सामाजिक मूल्ये, सामाजिक वर्तनपद्धती व जीवनपद्धती यांमध्ये नवीन आदर्शांबद्दलचा विश्वास निर्माण करणे व त्या आदर्शांना अनुकूल अशा वर्तनासाठी समाजातील व्यक्तींमध्ये जनमत तयार करणे या गोष्टी कायद्याद्वारे घडाव्यात, अशी अपेक्षा असते. परंतु जेव्हा समाजातील बहुसंख्य सदस्य जुन्या मूल्यांऐवजी नवीन विचारांचा स्वीकार करावयास अनुकूल असतात, तेव्हाच सामाजिक कायदे प्रभावीपणे काम करताना दिसतात. अन्यथा कायद्याला समाजपरिवर्तनाच्या दृष्टीने फारसा प्रतिसाद मिळत नाही. जेव्हा एखादा नवीन कायदा केला जातो, तेव्हा त्या नवीन कायद्याद्वारेच नवीन मूल्ये व्यक्त होत असतात. त्या मूल्यांविरुद्ध वर्तन करणाऱ्यास शिक्षा केली जाऊन त्यांचे काटेकोर पालन व्हावे, अशी अपेक्षा असते. परंतु केवळ कायद्याने परिवर्तन होताना दिसत नाही. त्यासाठी कायद्याद्वारे प्रस्थापित केली जाणारी मूल्ये समाजजीवनाशी एकरूप व्हावी लागतात. समाजातील व्यक्तींनी त्यांना मान्यता देऊन त्यांचा दैनंदिन व्यवहारात उपयोग करणे आवश्यक आहे. प्रा. कुप्पुस्वामी यांनी आपल्या 'Social change in India' या ग्रंथामध्ये कायदा आणि समाजजागृती ह्यांचे मार्मिक विवेचन केलेले आहे. अनिष्ट रूढींचा बीमोड करावयाचा असेल, तर कायदे राबविण्यासाठी जी यंत्रणा असते, ती दक्ष असावी लागते.

दुर्दैवाने भारतीय समाजात सामाजिक कायदे यशस्वी झाले नाहीत.

२०

शिक्षण आणि समाज

समाज हा मानवा-मानवांचा मिळून बनलेला आहे. समाजात बदल होतात. लोकांच्या गरजा बदलतात, मूल्ये बदलतात, गरजा पूर्ण करण्याची साधने बदलतात, व्यक्तींच्या मनोवृत्ती बदलतात. पण एकदा निर्माण झालेल्या रचनेत लोक सतत कार्यमग्न असलेले दिसतात. पण प्रत्येक काळात समाज समजावून घेणे, ज्ञान गोळा करणे व योग्य वेळ येताच ते व्यक्त करणे, इतरांशी संवाद साधणे, प्रशासन करणे राजकारण करणे, एखादी व्यवस्था माहीत करून घेऊन त्यात स्वतःच्या बुद्धिमत्तेने भर टाकणे या सगळ्या बाबींसाठी शिक्षणाची प्रक्रिया अत्यंत आवश्यक आहे. शिक्षण देण्याची व घेण्याची प्रक्रिया प्रदीर्घ काळापासून समाजात सुरू आहे. ढोबळमानाने शिक्षणाची व्याख्या करताना असे म्हणता येईल की, ज्याला माहीत आहे, त्याने माहीत नसलेल्याला सांगणे आणि माहीत नसलेल्याने ते ग्रहण करणे.

एक पाश्चात्त्य म्हण व तिचा अर्थ असा आहे की, मानवाला एकदा आम्लेट करून दिले, जर तो एकदाच खाईल. पण त्याला आम्लेट कसे करावे, हे जर शिकविले, जर तो जन्मभर आम्लेट खात राहील.

काही तज्ज्ञांनी 'शिक्षण' या संकल्पनेच्या व्याख्या केलेल्या आहेत –

१) जॉन स्टुअर्ट मिल यांच्या मते, ''जे-जे आपण स्वतः करतो आणि जे-जे दुसरे आपल्यासाठी करतात, त्या सर्वांचा आपले व्यक्तिमत्त्व बनविण्यासाठी उपयोग होतो. त्यालाच शिक्षण असे म्हणता येईल.''

२) कान्ट यांच्या मते, ''शिक्षणाचे ध्येय हे व्यक्तीच्या क्षमतेनुसार तिचा विकास करणे हे आहे.''

३) जेम्स मिल यांच्या मते, ''शिक्षणाचे उद्दिष्ट त्याच्या स्वतःच्या आणि इतरांच्या जीवनात सुख मिळवून देणे, हे असले पाहिजे.''

मनुष्यामध्ये शिक्षणक्षमता आहे, तो ग्रहण करू शकतो. तसेच शिकविल्याशिवाय मानवाला काहीच करता येत नाही, म्हणून समाजात मानव औपचारिक आणि अनौपचारिक दोन्हीही प्रकारचे शिक्षण ग्रहण करीत असतो. अनौपचारिक शिक्षणाचा विचार केल्यास मानवाच्या दृष्टीने समाज हीच मोठी कार्यशाळा आहे. वेगवेगळ्या गरजांच्या अनुभवामुळे व अनुकरणामुळे विविध प्रकारचे शिक्षण मानवाला मिळते. हे अनौपचारिक शिक्षण व्यक्तीला गरजा पूर्ण करावयाच्या साधनांचे ज्ञान देते. त्यामुळे ते आवश्यक असते, तर शाळा, महाविद्यालयांतून किंवा अन्य काही शिक्षणसंस्थांच्या माध्यमातून व्यक्ती रोजगाराभिमुख शिक्षण ग्रहण करतात, जेणेकरून व्यक्तीला काहीतरी अर्थार्जन करता येईल.

शिक्षणाशिवाय व्यक्तीला काहीच करता येत नाही. समाजात वागण्याच्या पद्धती, प्रथा, परंपरा, भाषा, बोलणे, चालणे या गोष्टी व्यक्तीला मुद्दाम सांगितल्याशिवाय समजत नाहीत.

समाजात व्यक्ती मूर्त आणि अमूर्त अशा दोन्हीही पातळीवर जगत असते किंवा भौतिक आणि अभौतिक या दोन्हीही घडामोडींशी व्यक्तींचा संबंध येतो. व्यक्तीच्या मनात एखादी भावना निर्माण होते व त्यानंतर त्या भावनेची पूर्तता करणारी ठरावीक कृती व्यक्तीला करावी लागते. प्रत्येक भावना कोणत्या पद्धतीने कृती करून पूर्ण करावी, याचा एक साचा समाजात ठरलेला असतो व हे साचेबद्ध वर्तन व्यक्तीला मुद्दाम शिकविल्याशिवाय येत नाही म्हणजे शिक्षणाचा संबंध भौतिक आणि अभौतिक या दोन्हीही घटकांशी आहे. मानवाच्या मनात कोणत्या भावना केव्हा निर्माण व्हाव्यात, यासाठी शिक्षण आवश्यक आहे. त्याचप्रमाणे त्या भावना पूर्ण करण्यासाठी कोणत्या कृती कराव्यात, हेदेखील शिक्षणाच्या माध्यमातून मानवाला

सांगावे लागते. मनुष्य हा भाषा बोलणारा प्राणी आहे. पण भाषा ही जन्मजात येत नाही. भाषा शिकण्या व बोलण्यासाठी आवश्यक असणाऱ्या क्षमता जरी मनुष्यास जन्मतःच प्राप्त होत असल्या, तरी शिक्षणाद्वारेच या जन्मजात आणि सुप्त क्षमतांच्या विकासाला संधी मिळते.

शिक्षणाचे सामाजिक महत्त्व :

समाजातील शिक्षणाचे महत्त्व अनन्यसाधारण आहे. प्रत्येक समाजाची एक स्वतंत्र संरचना असते. ही संरचना विविध मूल्ये व प्रमाणके, नीती-अनीतीचे नियम, चांगल्या-वाईटाचे नियम या विविध गोष्टींनी बनलेली असते. या सगळ्यांची मिळून प्रत्येक समाजाची संघटनात्मक चौकट बनलेली असते. सर्व लोकांना समान मार्गांनी आपल्या गरजांची पूर्तता समाजात राहून करता यावी, यासाठी ही समाजरचना प्रत्येक व्यक्तीपर्यंत पोहचविणे, तिला समाजरचनेचे शिक्षण देणे व तिच्याकडून ती राबवून घेणे आवश्यक असते. 'Man is a social animal.' असे नेहमी म्हटले जाते. समाजात राहणे ही मनुष्याची फार महत्त्वाची गरज आहे. समाजाशिवाय मनुष्याला जगता येणे शक्य नाही. मनुष्याला जन्म घेतल्यानंतर सामाजिक प्राणी बनविण्याची प्रक्रिया मात्र पूर्णपणे शिक्षणाच्याच माध्यमातून साधली जाते. ठरावीक वयात मानवाला सामाजिक ज्ञान प्राप्त व्हावे, यासाठी प्रत्येक समाजात सामाजिकीकरणाची व्यवस्था केलेली असते. व्यक्ती सामाजिकीकरणाच्या माध्यमातून समाजाचे मूलभूत ज्ञान प्राप्त करतात.

व्यक्तीला एखादी बाब शिकविली जाणे व व्यक्तीने ती प्राप्त करणे या दोन्ही समांतर चालणाऱ्या शिक्षणविषयक प्रक्रिया आहेत. तसेच व्यक्तींमध्ये विषमता असते. सगळ्याच व्यक्तींचे विचार सारखे नसतात. प्रत्येकामधील क्षमता सारखी नसते. प्रत्येक व्यक्तीचे व्यक्तिमत्त्व एकदुसऱ्यापेक्षा वेगळे आहे. प्रत्येकामधील कुवत ओळखून त्याप्रमाणे व्यक्तीला शिक्षण द्यावे लागते. व्यक्तिमत्त्व ही संकल्पना पूर्णपणे शिक्षणावर अवलंबून असणारी प्रक्रिया आहे. संस्कृती व्यापक स्वरूपाची आहे. समाजात अनेक घटना घडतात, अनेक गोष्टी चालतात. पण मानव आपल्या स्वभावाशी सुसगंत घटनाच स्वीकारतो व उर्वरित घटना सोडून देतो. त्यांतून प्रत्येकाचे व्यक्तिमत्त्व वेगळे बनत जाते.

आर्थिक क्रिया करणे हे समाजासाठी व व्यक्तीसाठीही आवश्यक आहे. व्यक्तीच्या बहुतांश गरजा पैशाने पूर्ण होणाऱ्या असतात. पैशाच्या आधारावर श्रीमंत, मध्यमवर्गीय, गरीब असे आर्थिक निदर्शक प्रकार पाडले जातात. व्यक्ती आपल्या क्षमतेनुसार रोजगार मिळविण्यासाठी काही संस्थांमध्ये जाऊन शिक्षण घेते म्हणजे

मनुष्य म्हणून रूपांतरित होणे व नंतर जिवंत राहणे या दोन्हीही क्रियांसाठी मानवाला कोणीतरी शिक्षण देणे गरजेचे आहे. मानवप्राण्यांच्या मूलभूत प्रवृत्ती व वासनांना शिस्त लावून मानवप्राण्यास खऱ्या अर्थाने समाजाचा सुजाण व जबाबदार घटक बनविण्यात आणि मानवी व्यक्तिमत्त्वाच्या सर्व पैलूंचा विकास घडवून आणण्यात शिक्षणाला मध्यवर्ती स्थान आहे.

मानवी समाज जसा आहे, त्या अवस्थेत कधीही राहत नाही, तर समाजात नित्य परिवर्तनाची प्रक्रिया घडत असते. समाजातील लोकांच्या गरजा बदलतात. त्या प्रमाणात गरजा पूर्ण करण्याची साधने बदलतात. परिणामी अगोदर सामाजिक मूल्यांत परिवर्तन घडते व त्यानंतर मानवाच्या प्रत्यक्ष कृतींमध्ये परिवर्तन घडते. समाज जर परिवर्तित झाला नाही, तर तो जिवंत राहणे शक्य होत नाही. हे परिवर्तन समाजाने स्वीकारणे म्हणजेच समाजातील लोकांनी स्वीकारणे गरजेचे आहे. त्यासाठी कोणत्या प्रकारचे परिवर्तन स्वीकारणे गरजेचे आहे, हे व्यक्तींना शिकविले जाते व त्यानुसार व्यक्ती समाजाच्या शिक्षणप्रक्रियेशी अनुकूलन करून घेतात.

आजचा समाज हा पूर्णपणे विज्ञानवादी समाज मानला जातो. तसेच औद्योगिक प्रगतीही समाजात प्रचंड प्रमाणात झालेली आहे. मानवी श्रमाचा कमीतकमी वापर व यंत्रसामुग्रीचा अधिकाधिक प्रमाणात वापर करून मानवाने आपले जीवन संपन्न करून घेतले आहे. त्यासाठी मात्र समाजातील काही लोकांना आपली तीव्र बुद्धिमत्ता त्या दिशेने वळवून काही शोध लावावे लागले आहेत. त्या शोधांचे महत्त्व समाजातील लोकांना पटवून द्यावे लागले आहे व लोकांनाही नवीन शोधांशी जुळवून घेण्याचे शिक्षण घ्यावे लागलेले आहे. कारखानदारी, दळणवळण, माहिती व तंत्रज्ञान यांचे शिक्षण व्यक्तींना मुद्दाम घ्यावे लागले आहे. त्यामुळेच तिचे जीवन परिपूर्ण बनण्यास मदत झालेली आहे.

शिक्षणप्रक्रिया कोणत्याही समाजाला आधुनिक ठेवण्याचे कार्य करते. शिक्षणात ज्ञानाच्या संकल्पना सतत बदलत जातात. कारण कायम नवीन ज्ञानाची भर समाजात पडत जाते. हे नवीन ज्ञान शिक्षणाच्या माध्यमातून वेगवेगळ्या प्रकारे लोकांपर्यंत न्यावे लागते म्हणजेच समाजात परिवर्तन घडवून आणण्यात व मानवाला योग्य ते ज्ञान योग्य त्या काळात देण्यात शिक्षणसंस्थांचा वाटा महत्त्वाचा आहे, हे मान्य करावे लागेल.

२१

समाजातील लोककलावंत

समाजशास्त्रातील संकल्पनांचा विचार करताना 'लोककलावंत' या प्रकाराचाही अपरिहार्यपणे गांभीर्याने विचार करावा लागतो.

संस्कृती हा मानवी समाजाचा अपरिहार्य भाग आहे. संस्कृतीमध्ये समाजाच्या जीवन जगण्याच्या पद्धतीची निश्चिती होते. समाजाचे सार संस्कृतीमध्ये सामावलेले आहे. वेगवेगळ्या रूढी, परंपरा, धर्म, जाती, आचारविचार, सणसमारंभ या सगळ्या बाबी संस्कृतीचे अपरिहार्य घटक आहेत. त्याचबरोबर या सगळ्या परंपरा व प्रथा प्रदीर्घ काळ कायम ठेवण्याचे व एका पिढीकडून दुसऱ्या पिढीकडे नेण्याचे महत्त्वाचे कार्य लोककलावंत पार पाडतात, म्हणून ते समाजाचा अटळ भाग आहेत. त्याचबरोबर समाजशास्त्रीय संशोधनाचाही विषय आहेत. वेगवेगळे कलाकार, तमाशा कलावंत, यात्रेमध्ये मनोरंजन करणारे लोक, वासुदेव, कुडमुडे ज्योतिषी, धर्मकर्म करणारे लोक, जातीपंचायतीच्या माध्यमातून समाजकार्य करणारे लोक या सगळ्यांना 'लोककलावंत' असे म्हणता येईल.

'लोककलावंत' हा शब्द प्रामुख्याने समाजात तमाशा कलावंत या नात्याने वापरला जातो. परंतु तो त्याचा फारच मर्यादित अर्थ झाला. समाजाचे पारंपरिक कलाज्ञान, वर्तमान समाजापर्यंत पोहचविणारे लोक म्हणजे लोककलावंत, अशी

त्यांची व्यापक व्याख्या करावी लागेल.

प्रत्येक समाजाचा भूतकाळ हा त्या समाजाचा महत्त्वाचा ठेवा असतो. या भूतकाळात काही समाज नियमने मते निर्माण झालेली असतात. तत्कालीन समाजाला पोषक अशी काही प्रमाणकेही निर्माण झालेली असतात. कालमानानुसार समाज बदलतो, तशी प्रमाणकेही बदलतात. परंतु ती वर्तमान समाजात कालबाह्य झालेली असली, तरी समाजाने एकेकाळी त्यांच्यावरच श्रद्धा ठेवलेली असते. हे एकेकाळचे जीवन जगण्याचे मार्ग वर्तमान समाजातील लोकांपर्यंत पोहोचविण्याचे काम लोककलावंत करतात.

मनोरंजन आणि समाज :

मानवाला जीवन जगताना आपल्या गरजा पूर्ण करण्यासाठी वेगवेगळ्या प्रकारच्या तडजोडी कराव्या लागतात. वेगवेगळे मान व अपमान पचवावे लागतात, समाजातच जीवन जगणे महत्त्वाचे असल्याने अनंत प्रकारच्या तडजोडी करीतच जीवन जगावे लागते. दररोज त्याच त्या प्रकारच्या क्रिया वारंवार कराव्या लागतात. पैसा मिळवावा लागतो व त्यावर आधारित गरजा पूर्ण करण्यासाठी जीवनभर सतत त्याचाच विचार करावा लागतो. परिणामी मानव सतत कोणत्या ना कोणत्या तणावात राहतो. परंतु मानवाला तणावमुक्त करण्याचे महत्त्वाचे कार्य कलावंत करतात. मानवाला मन आहे, या मनात नित्य काहीतरी विचार सुरू असतात. जर जीवन जगण्याच्या संघर्षाशी संबंधितच विचार मानव सतत करीत राहिला, तर त्याला मानसिक विकारांना सामोरे जावे लागेल. कारण गरजा निर्माण होणे व त्या पूर्ण करण्यासाठी विचार करणे, ही साखळी जन्मभर चालणारी आहे. अगदी मानव मृत्युपंथाला लागला, तरी गरजा त्याचा पिच्छा सोडत नाहीत व तो त्यांचा विचार करण्याचे टाळत नाही.

या मानवाचे मन नेहमीच्या विचारचक्रातून बाहेर काढून मनोरंजनात्मक विचार त्याच्या मनात नेऊन बसविण्याचे कार्य लोककलावंत करतात. कलावंत व्यक्तीला वर्तमानाचा विसर पाडून एका वेगळ्याच काल्पनिक जगात घेऊन जातात व काही काळ का होईना, पण दैनंदिन व्यवहारांतून व्यक्तीचे मन काढून घेण्याचे काम करतात. काही काळ मनोरंजन झाल्यानंतर पुन्हा नेहमीच्या संघर्षासाठी व्यक्ती नवीन जोमाने तयार होते. या दृष्टीने विचार केल्यास कलावंताचे समाजातील कार्य अभूतपूर्व आहे.

केवळ मनोरंजन करणे, केवळ व्यक्तीला नवीन संघर्षासाठी तयार करणे एवढेच कार्य लोककलावंत करीत नाहीत, तर समाजाचा सांस्कृतिक ठेवा जतन

करण्याचे काम ते करतात. आमचा शंभर वर्षांपूर्वीचा समाज कसा होता, हे आज लोककलावंत आम्हाला सांगतात.

लोककलावंत व प्रबोधन :

मागे आपण 'सामाजिक परिवर्तन' ही संकल्पना बघितली. समाज नेहमी नदीच्या वाहत्या पाण्याप्रमाणे प्रवाही असावा. तो डबक्याप्रमाणे साचलेपणा घेऊन वावरणारा नसावा. समाजात पुरोगामी व प्रतिगामी विचारांचा संघर्ष सतत चाललेला असतो. त्यामुळे सामाजिक परिवर्तनाची प्रक्रिया घडून येते. जुन्या परंपरा, अंधश्रद्धा काळाच्या ओघात टाकून नवीन विज्ञानवादी निष्ठा धारण केल्याशिवाय समाजाची मानसिक प्रगती होत नाही. लोककलावंत समाजाचे फार व्यापक प्रमाणावर प्रबोधन करतात. जुन्या अंधश्रद्धांमधील फोलपणा काढून टाकून नव्यांचा स्वीकार कसा अटळ आहे, हे लोककलावंत समाजाला पटवून देतात. स्त्री-पुरुष समानता, धर्माधर्मातील संघर्ष, जाती-जातीतले वैमनस्य, कुटुंबनियोजनाबाबतचा सामाजिक दृष्टिकोन अशासारख्या विषयांच्या माध्यमातून जुने विचार सोडून देऊन समानतेच्या विचारांची कास समाजाने धरली पाहिजे, असे आवाहन कलावंत करताना दिसतात.

'तमाशा' सारखी एकेकाळी महत्त्वाची असलेली पण सध्याच्या काळात नामशेष होऊ घातलेली कला या दृष्टीने फार महत्त्वाचे सामाजिक कार्य करीत होती. तमाशामध्ये लावणीपूर्वी वग असायचा. त्यात जुन्याचा नाश कसा अटळ आहे, हे विनोदी पद्धतीने लोकांच्या मनावर ठसविले जायचे.

लोककलावंत हे सतत लोकांमध्येच वावरणारे असल्याने त्यांची समाजाशी नाळ कधी तुटत नाही. वर्तमान समाज कसा आहे, हे त्यांच्याइतके प्रभावीपणे कोणीही सांगू शकणार नाही. तसेच समाजावर व्यंगात्मक प्रहारही करू शकणार नाही.

दुर्दैवाने 'लोककलावंतांना' सध्या चांगले दिवस नाहीत. त्यांना समाजामध्ये फार सन्मान मिळताना दिसत नाही. त्यांची वेळोवेळी टिंगल करण्यात व त्यांच्याकडे हास्यास्पद दृष्टीने पाहण्याची समाजाला सवय लागते.

कलावंत समाजाकडे ज्या तटस्थ नजरेने पाहू शकतात, तेवढ्या अलिप्तपणे समाजात जगणारी व्यक्ती पाहू शकत नाही.

समाजव्यवहारात लोककलावंतांना जर सन्मान दिला गेला नाही, तर तो समाज केवळ अर्थव्यवहार करणारा व कोरड्या गरजा पूर्ण करणारा समाज होऊन बसेल. परिणामी त्या समाजात मानसिक ताणतणाव वाढण्याची प्रचंड शक्यता जी आज निर्माण झालेली आहे, ती वस्तुस्थिती होईल, हे निश्चित.

२२

स्पर्धा आणि तणाव

स्पर्धा ही प्रत्येक समाजात निर्माण होणारी विशेषतः विकसित व विकसनशील समाजात निर्माण होणारी एक अपरिहार्य प्रक्रिया आहे. स्पर्धा ही समाजाच्या विकासासाठी आवश्यक मानली जाते. त्यामुळे समाज आधुनिक बनत जातो व अनेकांना रोजगार मिळतो.

प्रत्येक समाजात संघटनात्मक आणि विघटनात्मक अशा दोन्हीही प्रक्रिया सतत चालत असतात. संघटना कायम ठेवणाऱ्या प्रक्रियांमुळे सामाजिक संबंध मजबूत होत जातात व लोक एकमेकांच्या सहवासात व्यवस्थितपणे जगावयाचे शिक्षण घेत असतात, तर विघटनकारी प्रक्रियेत समाजातील वेगवेगळ्या वर्गांत संघर्ष लावला जातो. परिणामी समाजाचा नाश होण्याची शक्यता असते. जसे, संघर्ष ही विघटनकारी प्रक्रिया आहे. त्यामुळे लोकांच्या सामाजिक जीवन जगण्यावरच प्रश्नचिन्ह लावले जाते. स्पर्धा ही जरी विघटनकारी सामाजिक प्रक्रिया असली, तरी ती काही काळासाठी समाजातील लोकांना एकमेकांपासून वेगळे करते. पण तिचा अंतिम परिणाम मात्र समाजासाठी विकास साधणारा ठरतो.

विकासाच्या प्रक्रियेत समाजसदस्यांना वस्तू मिळविण्यासाठी परस्परांशी संघर्ष करावा लागतो व या संघर्षात स्वतःचा नाश ओढवून न घेता कायम टिकून राहून

स्वतःचे अस्तित्व सिद्ध करावे लागते.

'जेव्हा एखादे स्थान मिळविण्यासाठी समाजात अनेक व्यक्ती लायक असतात. पण सगळ्यांनाच ते स्थान मिळत नाही, तेव्हा त्यासाठी स्पर्धा निर्माण होते.'

'एखादी वस्तू जर कमी प्रमाणात उपलब्ध असेल आणि ती वस्तू पाहिजे असणारे लोक जर जास्त प्रमाणात असतील, तर त्या अप्राप्य वस्तूच्या प्राप्तीसाठी स्पर्धा निर्माण होते.'

थोडक्यात स्पर्धा म्हणजे अनेक लोक एकाच व्यवस्थेत राहून एखादे ध्येय गाठण्याचा प्रयत्न करतात. पण सगळ्यांना ते गाठता येत नाही, तेव्हा समाजात स्पर्धा निर्माण होते. स्पर्धा ही निरोगी असते. ती निरोगी असली, तरच समाजासाठी पोषक असते. स्पर्धेला काही नियम असतात. त्या नियमांचे तंतोतंत पालन करून लोकांना स्पर्धेत उतरावे लागते. परंतु जेव्हा स्पर्धेचे नियम न पाळता अनेक लोक एखादे ध्येय बळजबरीने प्राप्त करू इच्छितात, तेव्हा मात्र स्पर्धा रोगट बनते व तिला संघर्षाचे स्वरूप येते.

काही समाजशास्त्रज्ञांनी 'स्पर्धा' या प्रक्रियेच्या व्याख्या केल्या आहेत –

१) बोगार्डस यांच्या मते, ''मागणीप्रमाणे पुरवठा होण्याइतपत जी गोष्ट उपलब्ध नसते, ती गोष्ट प्राप्त करण्याच्या चढाओढीला स्पर्धा असे म्हणतात.''

Competition is a contest to obtain something which does not exist in a quality sufficient to meet the demand. - E. S. Bogardus.

२) फेअरचाईल्ड यांच्या मते, ''मर्यादित स्वरूपाच्या वस्तूंवर मालकी हक्क सांगण्यासाठी किंवा त्यांचा उपयोग करण्यासाठी व्यक्ती जो संघर्ष करते, त्याला स्पर्धा असे म्हणतात.''

Competition is the struggle for the possession or use of limited goods or resources. - Fairchild.

३) बिसेंझ यांच्या मते, ''सर्वांनाच अप्राप्य असणाऱ्या समान मर्यादित उद्दिष्टांसाठी दोन किंवा अधिक व्यक्तींमध्ये होणाऱ्या झगड्याला स्पर्धा असे म्हणतात.''

Competition is the striving between two or more persons for the same goal, which is limited, so that all cannot share it. - Biesanz.

वरील सर्व व्याख्यांचे सार सांगताना असे म्हणता येईल की, दुर्मीळ वस्तूंच्या प्राप्तीसाठी अनेक सदस्य प्रयत्नशील असतात. त्या प्रयत्नशील राहण्याच्या प्रक्रियेलाच उद्देशून स्पर्धा असे म्हणतात.

स्पर्धेची सामाजिक निकड :

आधुनिकीकरणाच्या प्रक्रियेत सर्वच व्यक्ती स्पर्धा ही प्रक्रिया गृहीत धरून वागताना दिसून येतात. त्याचबरोबर प्रत्यक्ष स्पर्धेत उतरल्याशिवाय आपला विकास होत नाही, हेदेखील सामाजिक सदस्यांना पुरेपूर पटलेले आहे. समाजात केव जिवंत राहणे व कसेबसे जीवन जगणे एवढेच ध्येय नाही, तर अर्थपूर्ण जीवन जगणे, स्वतःचे आर्थिकमान जीवनभर चांगले ठेवणे, सामाजिक प्रतिष्ठा मिळविणे, एखाद्या क्षेत्रात यश मिळविणे या गोष्टीही व्यक्तीच्या जीवन जगण्याच्या प्रक्रियेत आवश्यक बनलेल्या दिसून येतात.

व्यक्ती म्हणून आवश्यक तो सन्मान मिळावा, यासाठी व्यक्तीची धडपड चालते. तीदेखील स्पर्धात्मक असते. स्पर्धा केवळ पैसा मिळविण्यासाठी नाही, तर सामाजिक मानमरातब मिळविण्यासाठीदेखील केली जाते. स्पर्धा करणाऱ्या व्यक्तींमध्ये एक जिद्द असावी लागते. 'कोणत्याही परिस्थितीत मी हे स्थान मिळवेलच.' अशा प्रकारचा विचार व्यक्तीच्या मनात असावा लागतो. कितीही अपयश आले, तरी न थकता पुन्हापुन्हा प्रयत्न करण्याची मानसिक ईर्षा असली, तर व्यक्ती स्पर्धेच्या वातावरणात टिकून राहते.

प्रत्यक्ष एखादी गोष्ट प्राप्त करण्यापेक्षाही ती प्राप्त करण्यासाठी जे स्पर्धात्मक प्रयत्न केले जातात, त्यात व्यक्ती मानसिक दबावाखाली येताना दिसते. विकासासाठी किंवा सामाजिक प्रगतीसाठी स्पर्धा जरी असल्या, तरी त्यांतून स्पर्धेत उतरणाऱ्या व्यक्तींना जर नैराश्य आले, तर मात्र स्पर्धेची शोकांतिका होते व शेवट दुःखद होतो. विद्यार्थ्यांच्या परीक्षेत नापास झाल्यामुळे होणाऱ्या आत्महत्या, विवाह न झाल्यामुळे होणाऱ्या आत्महत्या, प्रेमभंगामुळे होणारे भीषण शेवट, एकमेकांची सतत बदनामी करणे, एखादे स्थान न मिळाल्यास ते ज्याला मिळालेले आहे, त्याच्याविषयी कारस्थाने करणे हे सगळे स्पर्धेचे दुपरिणाम आहेत.

समाजात स्पर्धा असणे वाईट नाही. पण स्पर्धेत यशस्वी न झाल्यास, आहे ते वातावरण व परिस्थिती स्वीकारण्याची व्यक्तीची तयारी असणे आवश्यक आहे. बरेचदा समाजात व्यक्तीला स्पर्धेसाठी प्रोत्साहन दिले जाते. पण स्पर्धेत स्थान सिद्ध न करता आल्यास येणाऱ्या प्रत्येक परिस्थितीचा सामना करण्याचे शिक्षण व्यक्तीला

दिले जात नाही. परिणामी जे स्पर्धेत टिकाव धरू शकले नाहीत, ते आपले जीवन वाया गेले, या अगतिक भावनेने मरगळलेले सामाजिक जीवन जगू लागले व यात व्यक्तीची सक्रियता नष्ट होते.

खालील काही गोष्टी व्यक्तींनी लक्षात ठेवल्यास स्पर्धेमुळे येणारे तणाव कमी होतील –

१) जे आपल्याला मिळवायचे आहे, त्या दिशेने आपले योग्य प्रयत्न सुरू आहेत, हे सतत मनाला बजवावे.

२) इतरांच्या तुलनेत आपण कोठेही कमी नाही, असा आत्मविश्वास सतत मनात बाळगावा.

३) आपल्या नेहमीच्या क्रिया बुजल्यासारख्या न होता त्या सहजगत्या कशा होतील, या दिशेने प्रयत्न करावेत.

४) स्पर्धा हारली तर जास्तीत जास्त काय होईल? याचा अंतिम विचार करून ठेवावा व त्या परिस्थितीशी आपल्याला तडजोड करावयाची आहे, हे सतत ध्यानात ठेवावे.

५) स्पर्धेत उतरण्यापूर्वी आपण काय करू शकतो? किंवा आपण काय करू शकत नाही? याविषयी मनाशी वास्तविक विचार करावा.

६) स्पर्धेसाठी जे ध्येय ठेवले आहे, ते म्हणजे सगळे आयुष्य नाही, तर इतरही क्षेत्रे उपलब्ध आहेत, याची सतत जाणीव ठेवावी.

७) वडीलधाऱ्या व्यक्ती, शिक्षक यांचा मान जरूर ठेवावा. पण त्यांच्या बोलण्याचे दडपण विद्यार्थ्यांनी मनावर येऊ देऊ नये.

८) या जगात स्पर्धेत यशस्वी होणारे फक्त ५% असतात. पण यशस्वी न होणारे ९५% टक्के असतात. त्यामुळे आपण बहुसंख्यांक आहोत, याची खात्री बाळगावी.

९) स्पर्धा संपल्यानंतर सतत त्याच दडपणाखाली न राहता ते वातावरण लगेचच विसरावे.

आजच्या समाजरचनेत काहीतरी मिळावे, असे सगळ्यांनाच वाटते. पण सगळ्यांनाच सगळे मिळत नाही. त्यामुळे मानसिक समस्या वाढण्यात व स्वतःविषयी मनात हीन भावना निर्माण होणाऱ्या समस्या वाढलेल्या आहेत.

स्पर्धा या केवळ वस्तू दुर्मीळ असतात व मागणारे जास्त असतात, याच एका

कारणामुळे होत नाहीत, तर वस्तूंची उपयुक्तता सर्वसामान्य व्यक्तीपर्यंत नेण्यासाठीही फार मोठ्या प्रमाणात समाजात स्पर्धा होताना दिसून येतात. जीवनावश्यक वस्तू व चैनीच्या वस्तूंचे उत्पादन समाजात प्रचंड प्रमाणावर वाढत चाललेले आहे. पण सगळ्याच उत्पादनांना समाजात लोकप्रियता मिळत नाही. आपण कोणत्या वस्तू नेमक्या वापरतो? हा प्रश्न जर व्यक्तीने मनाशी विचारला, तर याचे उत्तर सहज मिळू शकेल. आज इतक्या टूथपेस्ट उत्पादित होतात. पण आपण त्यातील एखादीच का वापरतो? आपला फ्रीज व टीव्ही ठरावीक कंपनीचाच का आहे? ठरावीक ब्रॅन्डचेच कपडे आपण का वापरतो?

या सगळ्यांचे उत्तर असे आहे की, ज्या गोष्टी आपण वापरतो, ते उत्पादक आपल्यापर्यंत वेगवेगळ्या माध्यमांतून पोहोचवण्यात यशस्वी झालेले आहेत व जी उत्पादने आपण वापरत नाही, ते अयशस्वी झालेले आहेत.

उपलब्धता जास्त असेल, तर वस्तू लोकांपर्यंत पोहोचविण्यासाठी स्पर्धा निर्माण होते. हादेखील स्पर्धेचा महत्त्वाचा पैलू दुर्लक्षित करून चालणार नाही.

२३

कौटुंबिक विघटन

समाजशास्त्रातील विविध संकल्पनांचा विचार करीत असताना कुटुंबविषयक घडामोडींना बाजूला सारून तो करता येणे अशक्य आहे. भारतातील व्यक्ती मुळातच कुटुंबप्रधान आहेत. या देशातील व्यक्तींवर कुटुंबाचा जेवढा प्रभाव आहे, तेवढा तो जगातील कोणत्याही समाजातील व्यक्तीवर नाही. आयुष्यभर व्यक्तीच्या ज्या सामाजिक घडामोडी चालतात, त्यांचा कोठेतरी कौटुंबिक घटनांशी संबंध असतोच. कुटुंबाशिवाय व्यक्तीच्या सामाजिक जीवनाचा विचार करणे अशक्यच आहे. एके काळी भारतीय समाजव्यवस्थेत तीन किंवा त्यापेक्षा जास्त पिढ्या एकत्रित राहत असलेली संयुक्त कुटुंबव्यवस्था प्रचलित होती. परंतु आज आधुनिक समाजात कुटुंबाचा आकार मर्यादित झालेला असून ग्रामीण व शहरी अशा सर्वच प्रकारच्या समाजामध्ये आज विभक्त कुटुंबपद्धती स्वीकारली गेलेली आहे. मानवाच्या जैविक गरजेतून कुटुंबव्यवस्थेची निर्मिती झाली व कालांतराने या संस्थेला समाजातील मूलभूत संस्थेचे महत्त्व प्राप्त झाले. व्यक्तीचा जन्म, विकास आणि मृत्यू या मानवी जीवनातील महत्त्वाच्या घटनांची साक्षीदार कुटुंबसंस्था हीच आहे. कुटुंबसंस्थेचे व्यक्तीच्या जीवनावर अतिशय व्यापक स्वरूपाचे परिणाम होतात.

आधुनिक काळातील बदलांमुळे कुटुंबाच्या विविध कार्यांत बदल झालेले

असले, तरी प्रजोत्पादन, अपत्यांचे संगोपन, त्यांचा मानसिक विकास, सामाजिकीकरण ही कार्ये मात्र आजही याच संस्थेकडे कायम असलेली दिसून येतात. कित्येक समाजशास्त्रज्ञांनी समाजाची व्याख्या करताना, 'समाज म्हणजे असंख्य कुटुंबांचा समुच्चय.' अशी केलेली आहे. जैविक व मूलभूत गरजा भागवण्याबरोबरच व्यक्तीला कुटुंबामुळे भौतिक, सांस्कृतिक व भावनिक समाधानाचा लाभ होतो. ही सर्व कार्ये एकमेकांशी जोडलेली आहेत. एका कार्यामुळे दुसऱ्या कार्याला बळकटी प्राप्त होत असते. उदा. मुलांचे संगोपन सुदृढ कुटुंबात जितके चांगले होते, तितके ते दुसऱ्या कोणत्याही संस्थेमध्ये होऊ शकत नाही.

कुटुंबसंस्थेकडून मानवाच्या अस्तित्वाच्या दृष्टीने आवश्यक असलेली अनेक महत्त्वाची कार्ये केली जात असल्यामुळे कुटुंबाला सामाजिक व आर्थिक घटक म्हणून महत्त्व प्राप्त झालेले आहे. समाजातील पती-पत्नींचे परस्परसंबंध, विवाहपद्धतीत नीतीकल्पना, रूढी आणि नियमने यांची निर्मिती कुटुंबाच्या गरजा आणि कार्ये यामधूनच झालेली आहे. सामाजिक परिवर्तनाच्या प्रक्रियेत आज कुटुंबातील अनेक कार्यांचे हस्तांतरण समाजातील इतर संस्थांकडे झालेले आहे. आर्थिक कार्य म्हणून कुटुंबाचे महत्त्व कमी झालेले आहे. आता कुटुंब हा प्रामुख्याने उपभोक्त्यांचा गट आहे. कुटुंबाच्या गरजांमध्ये विविध अर्थाने वाढ झालेली आहे. भौतिक सुखसोयींना जास्त महत्त्व झालेले आहे. एके काळी कुटुंबात ठरावीक व्यवसाय पिढ्यान्‌पिढ्या चालत असल्यामुळे व्यवसायाशी संबंधित शिक्षण व्यक्तीला कुटुंबाद्वारे प्राप्त होत होते. पण आज कुटुंब आणि व्यवसाय यांचा संबंध राहिलेला नाही. आर्थिक कार्य करण्यासाठी व्यक्तीला घराबाहेर पडून औपचारिक शिक्षण घेणे भाग आहे. दुय्यम गटाशी संबंध ठेवल्याशिवाय नोकरी, व्यवसाय करणे अशक्य झालेले आहे.

कौटुंबिक बदल :

अनेक समाजशास्त्रज्ञांच्या मते, आजच्या कौटुंबिक विघटनास परिवर्तन हा घटक प्रामुख्याने जबाबदार आहे. आजच्या व्यापक सामाजिक परिवर्तनाचा प्रभाव साहजिकच इतर अनेक संस्थांप्रमाणेच कुटुंबसंस्थेवरही पडलेला दिसून येतो. पारंपरिक कुटुंबामध्ये व्यक्तीचे परस्परांशी होणारे वर्तन हे परंपरेवर आधारलेले होते. त्यामुळे कोणत्याही प्रकारच्या शंका निर्माण न करता व्यक्ती वर्तन करीत होत्या. उदा. पुरुषाने आर्थिक कार्य करणे, कौटुंबिक, आर्थिक जबाबदारी सांभाळणे, तर स्त्रीने चूल आणि मूल सांभाळणे अशी सरळ लिंगभेदावर आधारित श्रमविभागणी समाजात अस्तित्वात होती. पण आज लिंगभेदावर आधारित श्रमविभाजनाला मान्यता नसल्यामुळे यात बदल झाले आहेत.

कुटुंब ही समाजातील एक महत्त्वाची संस्था आहे व समाजातील इतर संस्थांप्रमाणे या संस्थेकडून समाजाच्या आधुनिक काळातील गरजा पूर्ण होणे आवश्यक आहे.

कुटुंब विघटनाची सामाजिक कारणे :

कुटुंबसंस्थेमध्ये स्त्री आणि पुरुष दोन भिन्न संस्कृतींतून एकत्र येत असतात. विवाहापूर्वीची त्यांची जगण्याची विचारधारा व विवाहानंतरचे वास्तव यांत बराच फरक असतो. विवाहसंस्थेद्वारे कुटुंब निर्माण केलेल्या स्त्री-पुरुषांनी एकमेकांशी जुळवून घेऊन एकत्र राहावे, अशी अपेक्षा असते. बरेचदा एकमेकांच्या अपेक्षा पूर्ण करीत स्त्री-पुरुष हे पती-पत्नी या नात्याने जगत असतात. जेव्हा काही कारणांनी त्यांना एकत्र राहणे शक्य होत नाही, तेव्हा कौटुंबिक विघटनाला सुरुवात होते. प्रामुख्याने खालील काही कारणे कौटुंबिक विघटनाला जबाबदार असल्याचे सांगता येईल.

१) लैंगिक दृष्टिकोन : आजच्या काळात विविध कारणांनी स्त्री-पुरुष एकत्रित येतात व विविध अपेक्षा ठेवून परस्परांशी विवाहबद्ध होतात. असे अनेक विवाह बहुधा लैंगिक आकर्षणापोटी होतात. अनेक विवाहांचा लैंगिक समाधान मिळविणे हाच प्रमुख हेतू असल्यामुळे हे समाधान मिळाल्यानंतर व्यक्तीचा विवाहाचा हेतूच संपष्टात येतो व एकमेकांच्या सान्निध्यात राहणे त्यांना अवघड वाटू लागते. परिणामी लैंगिक समाधान मिळाले, तरीही संघर्ष सुरू राहतात. मुळातच लैंगिक समाधान हा कुटुंबसंस्थेचा पाया नाही. परंतु तोच एकमेव उद्देश असेल, तर मात्र विघटनास वेळ लागत नाही.

२) स्वभाव : 'स्वभाव' हा परस्परांना जवळ आणणारा महत्त्वाचा घटक आहे. कित्येकदा विवाह ठरविताना परस्परांकडून किंवा मध्यस्थ व्यक्तीकडून खोटीनाटी माहिती पुरविली जाते. त्यामुळे विवाह झाल्यानंतर भ्रमनिरास होतो. प्रत्येक व्यक्तीचा स्वभाव वेगवेगळा असतो, असे गृहीत धरले, तरीही याचा अर्थ प्रत्येक वेळी संघर्षच झाला पाहिजे, असा होत नाही. पती-पत्नीमध्ये निदान काही बाबतीततरी, मतैक्य असणे आवश्यक आहे. पती-पत्नी विवाहापूर्वी पूर्णपणे भिन्न वातावरणात वाढलेले असतात. त्यांच्या आवडीनिवडी पूर्णपणे भिन्न असणे शक्य आहे. परंतु सामाईक प्रश्नांच्या संदर्भात जर त्यांना सुवर्णमध्य काढता येणे शक्य नसेल, तर कुटुंबात विघटनकारी प्रक्रिया वाढीला लागतील.

३) जीवनविषयक तत्त्वज्ञान : पती-पत्नीच्या जीवनविषयक तत्त्वज्ञानात जर भिन्नता असेल, तर त्यामुळेदेखील कौटुंबिक संबंध उद्ध्वस्त होतात.जीवन कसे

जगावे, याविषयी जर त्याचा दृष्टिकोन समान नसेल, तर आर्थिक अडचणी वाढतात, कर्जबाजारीपणा वाढतो व विघटनास प्रारंभ होतो.

४) व्यक्तिगत वर्तनपद्धती : व्यक्ती वर्तन कसे ठेवते? ती समाजाभिमुख आहे की नाही? यावर बऱ्याच प्रमाणात तिची अनुकूलनक्षमता अवलंबून असते. पती-पत्नींच्या काही सवयी कुटुंबाच्या सामुदायिक ऐक्याच्या आड येत असतील अन् त्या बदलल्या गेल्या नाहीत, तर त्यामुळे काही गंभीर संकटांना तोंड द्यावे लागते. उदा. पत्नीला माहेरच्या श्रीमंतीचा गर्व असेल व हौसमौज करण्याची सवय असेल किंवा पतीला एखादे मद्यपानासारखे व्यसन असेल, तर अशा वर्तनाचा प्रभाव मुलांवर होईल व अशा विस्कळीत कुटुंबातील मुले त्या तुलनेने लवकरच आपल्या वडीलधाऱ्यांचा तिरस्कार करू लागतील.

५) भिन्न सांस्कृतिक पार्श्वभूमी : बर्जेस आणि कॉटरेल या विचारवंतांच्या मते, भिन्न प्रकारची सांस्कृतिक पार्श्वभूमी हे कुटुंब विघटनाचे महत्त्वाचे कारण आहे. अगोदरच सांगितल्याप्रमाणे पती-पत्नी हे एकाच प्रकारच्या सांस्कृतिक पार्श्वभूमीतून आलेले असतील, त्यांची शैक्षणिक पात्रता समान असेल व जीवनविषयक दृष्टिकोन उदारमतवादी असेल, तर फारशा अडचणी येत नाहीत. याउलट भिन्न पार्श्वभूमीतून आलेल्या व्यक्तींचा दृष्टिकोन जर भिन्न व परस्परविरोधी असेल, तर मात्र अडचणी निर्माण होतात.

६) वयातील अंतर : पती-पत्नीच्या वयात नेमके किती अंतर असावे, याविषयी एकवाक्यता नसली, तरी सर्वसाधारणपणे असे समजले जाते की, हे अंतर पाच वर्षांपेक्षा जास्त नसावे. ते जर जास्त असेल, तर Generation gap निर्माण होईल व परस्परांशी जुळवून घेणे अवघड जाईल. जर बालविवाह झालेला असेल, तर त्यामुळेही विचारांमध्ये परिपक्वता येत नाही. विचार प्रगल्भ न होताच झालेला विवाह हा वरपक्ष व वधूपक्ष दोन्ही पक्षीयांच्या दृष्टीने घातक ठरू शकतो.

७) अपत्यहीनता : पूर्वीपासूनच अपत्यहीनता हे कुटुंबविघटनाचे कारण समजले जाते. अपत्यहीनता असेल, तर बरेचदा पालकांच्या माध्यमातूनही द्वितीय विवाहाचा पुरस्कार पुरुषाच्या बाबतीत केला जातो. कारण अजूनही भारतीय कुटुंबपद्धती पुरुषप्रधान आहे. यात प्रामुख्याने अपत्य न होण्यासाठी स्त्रिया जबाबदार आहेत, असे मानले जाते. भारतीय समाज मुळातच विवाह व कुटुंबकेंद्री समाज आहे. त्यामुळे अपत्ये होणे याला धार्मिक व सामाजिक महत्त्व प्राप्त झालेले आहे. ज्यांना अपत्ये होत नाहीत, अशा कुटुंबांना आजही समाजातील टिकेचा सामना करावा लागतो.

यासाठी वैद्यकीयदृष्ट्या तपासणी करून जर अपत्य होणे अशक्य असेल, तर अपत्य दत्तक घ्यावे. परंतु त्यासाठी फार मोठे मानसिक सामर्थ्य असणे आवश्यक आहे आणि जर ते तसे नसेल, तर त्याचाही परिणाम कुटुंबामध्ये शांतता व सुव्यवस्था ढासळण्यात होतो. परिणामी विघटनाची सुरुवात होऊ शकते.

८) अनारोग्य : अनारोग्य हेदेखील कुटुंबविघटनाचे प्रमुख कारण मानावे लागेल. पती, पत्नींपैकी आणि मुलांपैकी एखादी व्यक्ती जर सतत आजारी राहत असेल, तर कुटुंबात कटकटी सुरू होतात. आजारी व्यक्तीबद्दल सुरुवातीला सहानुभूती वाटत असते. परंतु ती जर कायमची बाब झाली आणि त्याचा ताण कौटुंबिक मिळकतीवर पडू लागला, तर कालांतराने आजारी व्यक्तीबद्दल अनास्था व दुर्लक्ष करण्याची भावना तयार होते आणि कुटुंबाचे स्थैर्य त्यामुळे धोक्यात येऊ शकते.

९) पालक–पाल्य संबंध : खऱ्या अर्थाने विचार केल्यास कुटुंबातील मुलांचे आपल्या पालकांशी कशा प्रकारचे संबंध आहेत, यावरच कुटुंबातील स्थैर्य अवलंबून आहे. मुलांसमोर जर पालकांचा आदर्श नसेल किंवा त्यांना योग्य वेळी मार्गदर्शन करण्यात ते कमी पडत असतील, तर मुले स्वतःच्या अपरिपक्व बुद्धीच्या साहाय्याने निर्णय घेतात आणि असे निर्णय संपूर्ण कुटुंब उद्ध्वस्त करण्यास पुरेसे असतात.

१०) शिस्तीची भावना : मुलांच्या भावी जीवनाच्या दृष्टिकोनातून त्यांना शिस्त लावणे, त्यांच्या वर्तनाला आवर घालून त्यांना नियंत्रित ठेवणे आवश्यक आहे. आदर व भीती या दोन्हीही भावना संमिश्रपणे त्यांच्या मनात आपल्या पालकांबद्दल निर्माण होणे जरुरीचे आहे. मुलांना शिस्त लावतानाही ती कुठे लावावी व कोठे सैल वर्तणुकीची परवानगी द्यावी, याचा तारतम्यभाव पालकांमध्ये असणे जरुरीचे आहे. अतिशिस्त किंवा अजिबात शिस्त नसणे याचे परिणाम केव्हाही वाईटच होतात व परिणामी कुटुंब विघटित व्हावयास वेळ लागत नाही.

वरीलप्रमाणे काही कारणे जरी कुटुंबाच्या विघटनासाठी जबाबदार असली, तरी हेदेखील लक्षात ठेवणे आवश्यक आहे की, भारतीय समाजातील व्यक्तींमध्ये कौटुंबिक अनुकूलनक्षमता जन्मजातच आहे आणि त्यामुळेच बरेचदा कौटुंबिक संघर्ष चव्हाट्यावर येत नाहीत, कुटुंबाचा गाडा सुरू राहतो.

व्यक्तीच्या दृष्टीने तिचे कुटुंब आणि त्यातील व्यक्ती यांची वर्तणूक सामान्य (Normal) असणे आवश्यक आहे. या ठिकाणी सामान्य याचा अर्थ मूल्यात्मक चौकटीमध्ये बसणारी असा आहे. कुटुंबातील नातेसंबंधाची जी चौकट ठरलेली

आहे, त्यानुसार जर परस्परसंबंध असले, तरच व्यक्ती समाजामध्ये उजळ माथ्याने वावरू शकते. अन्यथा कौटुंबिक सदस्यांचे वागणे प्रमाणकांविरुद्ध असले, तर त्याचा ताण प्रत्येक व्यक्तीच्या समाजात वागण्यावर पडतो. कारागृहातील कैद्यांचा जर त्यांनी गुन्हा का केला? याविषयी सर्व्हे केला, (मी तसा केलेला आहे व निष्कर्ष गुन्हा आणि समाज, डायमंड प्रकाशन या पुस्तकात नमूद केले आहेत.) तर बहुसंख्य कैद्यांनी केलेल्या गुन्ह्यांची कारणे कौटुंबिकच आढळतील. उदा. पत्नीच्या चारित्र्याचा संशय म्हणून तिचा खून, भावा-भावांमधील जमिनीवरून चाललेले संघर्ष, पित्याचे व्यसन, मुलीने घरातून पळून जाऊन केलेला विवाह सहन न होऊन तिची व तिच्या प्रियकराची केलेली हत्या, एखाद्या स्त्रीने धोका दिला म्हणून तिचा काढलेला काटा याच घटना मोठ्या प्रमाणावर दिसून येतात.

परिवर्तनाच्या लाटेत कुटुंबाची चौकट मात्र पारंपरिकच राहिली आहे व ती तशीच राहणे हे कौटुंबिक विघटन टाळण्यासाठी आवश्यक आहे.

२४

महाराष्ट्रातील गरिबी आणि समाज

मनुष्य जेव्हा समाजात जीवन जगतो, तेव्हा जगण्यासाठी एका विशिष्ट अवस्थेची गरज त्याच्यासाठी निर्माण होते. मानवाच्या गरजा सामाजिक असतात व गरजा पूर्ण करण्याची साधनेदेखील सामाजिक असतात. केवळ पैसा आहे म्हणून व्यक्तीला तो कसाही खर्च करण्याचा अधिकार नाही. व्यक्तीला सामाजिक चौकटीतच आपल्या गरजा आणि खर्च यांचा मेळ बसवावा लागतो. जेव्हा जीवन जगण्याच्या संकल्पना बदलतात, तेव्हा त्यांच्याबरोबर व्यक्तीच्याही जीवनात परिवर्तन होणे आवश्यक असते.

गरीब, मध्यमवर्गीय आणि श्रीमंत हे आर्थिक दर्जावर आधारित पडणारे प्रकार केवळ गरजांच्या आधारावरच पडत नाहीत. कारण सर्व स्तरावरील लोकांच्या गरजा तसा विचार केला, तर समानच असतात. सगळेच अन्न खातात, सगळ्यांनाच वस्त्र व निवाऱ्याची गरज आहे, लैंगिक गरजाही सगळ्यांनाच असतात. परंतु गरजा समान असूनही त्या पूर्ण करण्याच्या साधनांमध्ये आर्थिक वर्गानुसार फरक पडत जातो म्हणजेच आर्थिक आधाराचा प्रमुख घटक सामाजिक मूल्ये आहेत, हे लक्षात येते. अलीकडच्या काळामध्ये आर्थिक बदलांनाच सामाजिक बदल मानले जाऊ लागले आहे. पण सामाजिक बदल ही संकल्पना याहून व्यापक आहे. व्यक्तिगत आर्थिक

घटक प्रथम बदलतात व त्या अनुषंगाने व्यक्ती सामाजिक घटकांत परिवर्तन घडवून आणते. वर्तमान समाज हा यापूर्वी कधीही नव्हता इतका अर्थव्यवस्थेबरोबर घोटाळणारा झालेला आहे. व्यक्ती-व्यक्तींचे परस्परसंबंध हे पैशावर निर्माण होतात व व्यक्तींच्या आर्थिक क्रियांना सगळ्यात जास्त महत्त्व येते.

संस्कृती आणि मूल्यापेक्षाही जास्त किंमत पैशाला आलेली आहे. त्यामुळे नातेसंबंधही प्रभावित होतात. ज्या वृद्ध व्यक्तीजवळ पैसा नाही, त्या व्यक्तीला सांभाळायला तिच्या घरचेही तयार नसतात, असे चित्र आज निर्माण झालेले आहे. या अगोदरच्या २०० वर्षांत जेवढे परिवर्तन झाले नव्हते, तेवढे परिवर्तन गेल्या ५० वर्षांत झालेले आहे. भारतात १९९१ पासून खऱ्या अर्थाने आर्थिक उदारीकरणाची सुरुवात झाली. भारताच्या घटनेप्रमाणे हा देश कल्याणकारी राज्य निर्माण करण्यासाठी कटीबद्ध आहे.

काही सामाजिक त्रुटी व गरिबी :

सामाजिक घडामोडी, व्यक्तीचे विचार व गरिबी यांचा निकटचा संबंध आहे. गेल्या काही वर्षांत परिवर्तनाची प्रक्रिया प्रचंड प्रमाणात होऊनही व वरकरणी देशाचा विकास झालेला आहे, असे वाटत असूनही जन्मभर केवळ गरजाच पूर्ण करीत राहणे, हेच बऱ्याच व्यक्तींच्या आयुष्याचे महत्त्वाचे सूत्र बनत चालले आहे. व्यक्तीची सगळी शक्ती जर निर्माण झालेल्या गरजा पूर्ण करणे व त्यासाठी आर्थिक तरतूद करणे, यातच खर्च झाली, तर इतर वैयक्तिक व सामाजिक विकास व्यक्तीला करता येत नाही. आर्थिक बळ नसल्यामुळे कित्येकांना चांगला रोजगार मिळत नाही, आवडीचे शिक्षण घेता येत नाही, मनाप्रमाणे विवाह करता येत नाही, मुला-मुलींचे विवाह आर्थिक कारणांमुळेच योग्य त्या ठिकाणी करता येत नाहीत व आर्थिक कारणांमुळेच व्यक्तीचे विवाहसंबंध ताणले जातात.

जीवनाकडून असलेल्या प्रचंड अपेक्षा, गरजा पूर्ण करण्याबाबतच्या सगळ्या बदललेल्या संकल्पना, माहितीच्या महाजालामुळे सगळ्या आधुनिक गोष्टींची झालेली ओळख व आर्थिक बळाअभावी आलेली हतबलता या सर्वसाधारण बाबी महाराष्ट्रीय समाजजीवनात पाहावयास मिळतात. ज्या समाजात केवळ आर्थिक दर्जाच महत्त्वाचा ठरतो, त्या समाजात व्यक्तीच्या गुणवत्तेला फारशी किंमत राहत नाही. स्वतःच्या गुणांच्या आधारे आपल्याला पैसा मिळत नाही, आपल्यापेक्षा कमी क्षमता असणारे लोक आपल्यापेक्षा चांगल्या स्थितीत राहतात, ही भावना लोकांमध्ये आहे.

जेव्हा समाजात आर्थिक विश्व हेच सर्वस्व होऊन बसते, तेव्हा मानसिक

समस्या वाढताना दिसतात. त्यामुळेच व्यक्तीचा जीवन जगण्याचा आत्मविश्वास कमी होतो व स्वतःवरील विश्वासाला तडे जातात. परिणामी व्यक्ती सामान्य जीवन तर जगतात. पण जीवनातील कित्येक घडामोडी त्यांना इतरांपासून लपवाव्या लागतात. याचा परिणाम महाराष्ट्रात सध्या बुवाबाजी, महाराजबाजी फार मोठ्या प्रमाणावर निर्माण झालेली आहे व स्वतःच्या कर्तृत्वावर विश्वास नसणारे लोक या बुवा अन् महाराजांकडे फार मोठ्या प्रमाणात आकृष्ट होत असलेले दिसून येतात. याचा परिणाम ते आणखी गरीब होण्यात झालेला आहे.

गरिबीचे व्यक्तीवरील काही सामाजिक परिणाम :

गरिबीचे व्यक्तीवरील खालील काही ठळक परिणाम सांगता येतील.

१) आत्मविश्वासाची कमतरता : गरीब असणे याचा अर्थ लोक उपाशी राहतात, असा नाही, तर लोकांना त्यांच्या गरजा ज्या पद्धतीने पूर्ण व्हाव्यात, असे वाटते, त्या पद्धतीने त्या पूर्ण होत नाहीत. प्रत्येक व्यक्तीची जीवन जगण्याची जी चौकट असते, ती त्यामुळे प्रभावित होते. ज्या-ज्या कल्पना मनात केलेल्या असतात, त्या प्रत्यक्षात येत नाहीत. त्याला पैशाचा अभाव ही महत्त्वाची गोष्ट जबाबदार आहे. अखंड निर्माण होणाऱ्या गरजा व त्यामानाने त्या पूर्ण करण्यात कमी पडलेली व्यक्ती हे चित्र सर्वदूर दिसून येणारे आहे. बरेचदा प्रचंड प्रयत्न करूनही हाती फारसे काही पडत नाही. कशा पद्धतीने प्रयत्न करावेत? हे समजत नाही. त्याचा परिणाम लोकांचा आत्मविश्वास कमी होण्यात होतो व व्यक्ती कोणत्याही दुःखाने लवकर खचते. जीवन जगण्याची प्रक्रिया ही दीर्घकाळ चालणारी प्रक्रिया आहे. या प्रक्रियेत कधी व्यक्तीचा जय होतो, तर कधी तिला पराभव पत्करावा लागतो. पण जर सतत पराभवच वाटेला येत असतील, तर लोकांचा स्वप्रयत्नावरील विश्वास उडणे स्वाभाविक आहे. अशा आत्मविश्वास हरविलेल्या व्यक्ती स्वतःची आर्थिक स्थिती बदलवू शकत नाही.

२) नकारात्मक विचारांची वाढ : सध्या व्यक्तिमत्त्व विकासाच्या ज्या कार्यशाळा सतत सुरू असतात, त्यांतून हा मुद्दा वारंवार सांगितला जातो की, नकारात्मक विचार मनातून काढून टाका व सकारात्मक (Positive) विचारांची कास धरा. आपल्याला काय मिळाले नाही, याचा विचार करण्यापेक्षा जे मिळालेले आहे, त्यात काय करता येईल? याचा सकारात्मक विचार व्यक्तीने करणे आवश्यक आहे. याबाबत एक प्रसिद्ध वाक्य आहे की, वो नाराज है कि, उनके पास जूते नही है, कईयोंके तो पाँव भी नही होते।

सकारात्मक विचार ही व्यक्तीच्या मनाला मिळालेली समतोल देणगी आहे.

बालपणातील संस्कार, संपर्कात येणाऱ्या व्यक्ती यांतून हे विचार विकसित होत जातात. सकारात्मक विचार कसे करावेत? हेदेखील पूर्वापार पासून समाजात सांगितले जाते. परंतु सगळ्यांनाच स्वतःमध्ये सकारात्मक विचार बाणवता येत नाहीत. ज्यांच्या जीवनात सर्व बाबतींत आर्थिक अभाव आहे, त्यांच्याकडून तशी अपेक्षाही करता येत नाही. जर सतत नकारात्मक विचारांनी व्यक्तीचा पाठपुरावा केला, तर व्यक्ती हळूहळू निष्क्रिय बनतात व कोणतेही कार्य करीत नाहीत. जेणेकरून त्यांच्या गरिबीचे स्वरूप बदलेल.

गरीब हे गरीबच का राहतात, याचे उत्तर ते नकारात्मक विचारांतून बाहेत पडत नाहीत, हे आहे.

३) वाढणाऱ्या अंधश्रद्धा : गरिबीमुळे समाजात निर्माण होणारी ही एक महत्त्वाची समस्या आहे व महाराष्ट्रातील जनजीवनात ज्याअर्थी अंधश्रद्धा आहेत, त्याअर्थीच महाराष्ट्रात गरिबी आहे, हे सिद्ध झाले आहे. आर्थिक स्थिती चांगली व्हावी, म्हणून लोक जीवापाड प्रयत्न करतात. कोणत्यातरी महाराजांच्या नादी लागतात, कायम तीर्थयात्रा करतात, सतत आपला वेळ अंधश्रद्धा पूर्ण करण्यात घालवितात, त्यांतून त्या स्वतःच्या नियत कार्यापासून बाजूला पडतात. अशा प्रकारच्या अनुत्पादित कार्यात त्यांचा जास्त वेळ जात असल्यामुळे त्यांच्याकडून उत्पादित कार्ये होत नाहीत.

४) तुलनात्मक विचार : गरिबीमुळे उद्‌भवणारी ही एक सामाजिक व मानसिक समस्या आहे. प्रचंड प्रगती झालेल्या आजच्या परिवर्तनीय समाजात व्यक्तीला सतत आपल्या जीवनाची तुलना इतरांच्या जीवनाशी करण्याची सवय लागते व हा गरिबीचा व्यक्तींवर व समाजावर झालेला परिणाम आहे. प्रत्येक व्यक्तीची क्षमता सारखी नसते. एकच परिस्थिती असूनदेखील दोन व्यक्तींकडून वेगवेगळ्या प्रकारची कार्ये होतात. समाजात नेहमी स्तरीकरण झालेले असते. निसर्गतः प्रत्येकाची ग्रहणक्षमता, आकलनक्षमता सारखी नाही, प्रत्येकाच्या बुद्धिमत्तेत फरक आहे. एकाच छताखाली वर्षानुवर्षे राहणाऱ्या लोकांच्या वागण्यात व कार्यक्षमतेत वेगळेपणा असतो. त्यामुळे विषमता हाच अनेक विचारवंतांनी समाजाचा पाया मानलेला आहे. त्यामुळे व्यक्ती जर कायम तुलनात्मक विचारांनी घेरलेली राहिली, तर ती जीवनात कोणत्याच भूमिका प्रभावीपणे पार पाडू शकणार नाही. तुलनात्मक विचार ही समाजाला गरिबीने दिलेली देणगी आहे.

५) कर्तव्य आणि मूल्यांचा अधिक प्रश्न : वाढती गरिबी ही सामाजिक

असुरक्षितता निर्माण करते. गरिबीमुळे व्यक्ती स्वतःला असहाय समजतात. परिणामी सामाजिक घडामोडींचा त्यांच्यावरील प्रभाव वाढतो. अलीकडच्या काळात कित्येक समाजशास्त्रज्ञांनी तो अभ्यास केला, त्याचा हाच निष्कर्ष आहे. समाजात प्रत्येक व्यक्तीने जन्माला येऊन कोणत्या कर्तव्याचे पालन करणे महत्त्वाचे आहे व त्याने कोणत्या सामाजिक मूल्यांना महत्त्व द्यावे, याविषयीचे काही नियम निर्माण झालेले असतात. श्रीमंतांपेक्षा गरीबांवर या सर्व कर्तव्ये व मूल्यांचा प्रभाव जास्त प्रमाणावर पडलेला दिसून येतो. तसेच एखादा समाज जितका अधिक गरीब, तितका तो मूल्यांना मानणारा असतो. मी स्वतः भिकाऱ्यांचा जो अभ्यास केला, त्यांतून मला एक अनुभव असा आला की, मी इगतपुरीच्या रेल्वेस्टेशनवर फिरत असताना एका भिकाऱ्याला एक रुपया दिला, त्याने तो घेतला व आनंदाने तिथून गेला. तो भिकारी दाढी वाढलेला व वयाने पन्नाशीचा होता. मी प्लॅटफॉर्मवर रेंगाळत असताना पुन्हा अर्ध्या तासाने तोच भिकारी माझ्याजवळ येऊन पुन्हा भीक मागू लागला. मी त्याला या वेळी दोन रुपयाचे नाणे दिले, तेव्हा त्याने चमकून माझ्याकडे बघितले. मग जवळपास अर्धा तास तो माझ्याशी बोलत राहिला, तेव्हा मला कळले की, तो सुरतवरून इथे इगतपुरीला येऊन भीक मागतो. पंधरा-वीस दिवसांनी परत सुरतला जातो व तिथे एका बँकेत भिकेचे पैसे जमा करतो. त्याने त्याचे पासबुक मला दाखविले. त्यावर त्याचा फोटो होता व बँकेत ६०,००० रुपये शिल्लक होते. त्याला आणखी फक्त पाच हजार रुपये जमवायचे होते.

मी विचारले, ''कशाला ६५,००० रुपये पाहिजेत ?''

त्याने उत्तर दिले, ''साब, बच्ची की शादी करनी है...''

त्याच्या या उत्तरावर मी त्याच्याकडे फक्त सुन्नपणे पाहत राहिलो. जितकी व्यक्ती अधिक गरीब, तितका तिच्यावर कर्तव्याचा पगडा जास्त असतो.

आत्महत्येचे प्रमाण विचारात घेता, राज्यात विदर्भात सर्वाधिक शेतकऱ्यांनी आत्महत्या केल्या. त्यांच्या आत्महत्येची कारणे समान होती. कर्ज फेडू न शकल्यामुळे व मुलीचे लग्न करून देऊ न शकल्यामुळे सर्वाधिक आत्महत्या झालेल्या दिसून येतात.

गरीबांना केवळ समाजाचा आधार असल्यामुळे ते समाजाला धरून चालतात. परिणामी कर्तव्य व मूल्ये यांचा प्रभाव स्वीकारतात. पंढरपूरच्या दिंडीत पायी चालून वारी करणाऱ्यांचा अभ्यास केला, तर जवळपास ८०% वारकरी गरीब असल्याचे दिसते, पण ते अभिमानाने सांगतात की, गेल्या १०० वर्षांत आमच्या घराण्याची

वारी चुकली नाही.

काही महत्त्वाच्या परिणामांचीच फक्त इथे चर्चा केलेली आहे –

गरिबी निर्मूलनाचे काही उपाय : गरिबी ही एक दीर्घकाळ चालणारी प्रक्रिया आहे. ही अवस्था कधीही एकदम येत नाही, तर हळूहळू येते व जीवनावर ताबा मिळविते. एकदा व्यक्ती गरीब झाली की, तिला दुष्टचक्रातून बाहेर येणे शक्य नसते. फार कमी व्यक्ती त्यांतून बाहेर येऊ शकतात.

समाजात निर्माण झालेली गरिबी कशी कमी होऊ शकेल, याविषयी अर्थशास्त्रज्ञ वेगवेगळे उपाय सांगतात. लोकसंख्या कमी ठेवणे, रोजगार हमी योजना प्रभावीपणे राबविणे, ग्रामीण तरुणांसाठी स्वयंरोजगाराच्या वेगवेगळ्या योजना आखणे, गरीबांना मोफत घरे देणे, रेशनकार्डावर योग्य प्रमाणात धान्य मिळेल हे पाहणे, उत्पन्न आणि खर्चातील विषमता कमी करणे, समाजात साक्षरता प्रसार करणे, औद्योगिकीकरणाची वाढ करणे, कुटीरोद्योगांना चालना देणे, बचतीची वाढ करणे इ. उपाय अर्थशास्त्राच्या दृष्टिकोनातून सांगितले जातात. माझ्या मते, खाली काही समाजशास्त्रीय उपायांचा आढावा घेतला गेला किंवा त्या उपायांची समाजात व्यवस्थित अंमलबजावणी झाली, तर काही प्रमाणात गरिबीला आळा घातला जाऊ शकेल. हे उपाय महाराष्ट्रातील गरिबीच्या संदर्भात सांगितलेले आहेत –

१) अंधश्रद्धा दूर करणे – काही प्रमाणात धर्म व धर्मातील श्रद्धा जीवन जगण्यासाठी आवश्यक असल्या, तरी त्यांतून ज्या अंधश्रद्धा निर्माण होतात, त्या अतार्किक असतात. व्यक्तीने आपल्या जीवनातून त्या घालविल्या पाहिजेत.

२) आपल्या व्यक्तिमत्त्वाला साजेसा रोजगार किंवा नोकरी निवडणे.

३) हताश न होता परिस्थितीतून मार्ग काढण्याचा प्रयत्न करणे.

४) तीर्थयात्रा, चारीधाम या गोष्टी पैसा असल्यासच कराव्यात. अन्यथा घरातूनच हात जोडावेत.

५) प्रत्येकाचे जीवन पूर्णपणे वेगळे आहे. त्यामुळे प्रत्येकाचे प्रश्न वेगळे आहेत. परिणामी लोकांनी स्वतःच्या जीवनाची तुलना कोणीशीही करण्याचे कारण नाही.

६) व्यक्तीने भूतकाळ उगाळत न बसता सतत भविष्याचा वेध घ्यावा. कारण व्यक्ती जर आपल्या संपन्न भूतकाळात रममाण झाल्या, तर त्या

वर्तमानकाळातील क्रिया व्यवस्थित करू शकणार नाहीत.

७) व्यक्तीने कधीही स्वतःला कमकुवत व दुबळे समजू नये.

८) स्वतःच्या आत्मविश्वासात वाढ करावी व फार दूरचा विचार करू नये. नजीकच्या भविष्याचा विचार व्यक्तीला कार्यप्रवण करतो, तर दूरच्या भविष्याचा विचार व्यक्तीला निष्क्रिय बनवितो.

९) नियतीने जे काम व्यक्तीवर सोपविलेले आहे, ते प्रामाणिकपणे व पूर्ण मनापासून करावे. जेणेकरून मानसिक समस्या निर्माण होणार नाहीत.

१०) व्यक्ती केवळ निर्माण झालेल्या गरजा पूर्ण करणारा प्राणी नाही. तसे असेल तर इतर पशूपक्षी, प्राणी व मनुष्य यांमध्ये काहीही फरक राहणार नाही. व्यक्तीने काही छंद जोपासावेत, तेव्हाच तिचे मनुष्यपण सिद्ध होईल. आपल्याला कशाने आनंद मिळतो, याचा शोध प्रत्येक व्यक्तीने घेणे आवश्यक आहे.

११) ज्या क्षेत्रात सतत बेकारी आहे, त्या क्षेत्राचे शिक्षण घेणे टाळले पाहिजे.

१२) सतत सध्याच्या अवस्थेबद्दल विचार करण्यापेक्षा अधिक चांगल्या अवस्थेचा विचार करीत राहिले पाहिजे.

१३) व्यक्तीने नेहमी स्वतःच्या क्षमतांचा विचार करावा. आपल्या क्षमतेपलीकडे कोणतेही काम करू नये. आपण काय करू शकतो व काय करू शकत नाही, हे लक्षात घ्यावे.

१४) आर्थिक प्रगतीसाठी स्वतःचे गाव सोडून दुसरीकडे जाण्याची नेहमी तयारी ठेवावी. जे स्थलांतर करू शकतात, तेच स्वतःची प्रगती साधू शकतात, हे लक्षात ठेवावे.

२५

समाजशास्त्र म्हणजे तरी काय?

समाजशास्त्राचा अन् माझा गेल्या ३२ वर्षांपासून अभ्यासक व अध्यापक म्हणून संबंध आहे. सुरुवातीची काही वर्षे वर्गातला विद्यार्थी म्हणून, तर गेली २६ वर्षे मी हा विषय महाविद्यालयीन पातळीवर शिकवतोय.

बरेचदा हा प्रश्न नेहमी समाजशास्त्राच्या प्राध्यापकाला विचारला जातो की, तुम्ही नेमके काय शिकविता?

मग आम्हाला हा विषय म्हणजे काय, हे त्या विचारणाऱ्याला थोडक्यात सांगत बसावे लागते. पण सांगूनही त्याला ते समजतेच, असे नाही. शेवटी तोच आमचा नाद सोडून देतो.

जागतिक पातळीवर समाजशास्त्राच्या अभ्यासाला दोनशे वर्षांची परंपरा आहे, तर भारतातच या विषयाच्या अभ्यासाला १०० वर्षांची प्रदीर्घ परंपरा लाभली आहे. मुंबई, लखनौ, कलकत्ता ही त्या काळातली या विषयाची महत्त्वाची पीठे होती. डॉ.डी.पी. मुखर्जी, डॉ.गो.स. घुर्ये, डॉ.इरावती कर्वे, डॉ.के.एम. कपाडिया, डॉ.श्रीनिवास, डॉ.वाय.बी. दामले, डॉ.एम.जी. कुलकर्णी, डॉ.उत्तमराव भोईटे, डॉ.बावीस्कर, आंद्रे, बेले, टी.के. ओमेन यांसारख्या सहज लक्षात येणाऱ्या विविध समाजशास्त्रज्ञांनी

आपले सगळे जीवन आजच्या काळातही या विषयाच्या अध्ययन आणि अध्यापनाला वाहून घेतले. परिणामी भारतभर सर्व विद्यापीठांत हा विषय शिकविला जातो व सगळ्या विद्यापीठांत त्यांच्या कार्यशाखेतील महाविद्यालयांत 'समाजशास्त्र' हा एक लोकप्रिय विषय म्हणून मानला जातो.

सुरुवातीच्या काळात वेगवेगळ्या विषयांतील संकल्पना समाजशास्त्रात आलेल्या होत्या. पण कालांतराने त्या दूर सारून एक स्वतंत्र अभ्यासविषय या नात्याने समाजशास्त्राचा विकास सर्वदूर झालेला आहे. राष्ट्रीय व आंतरराष्ट्रीय, विद्यापीठीय व महाविद्यालयीन अशा सर्वच क्षेत्रांत विविध विचारवंत, प्राध्यापक या विषयांतील संकल्पनांच्या अभ्यासात मग्न झाले असलेले चित्र दिसून येते. दरम्यानच्या काळात हजारो पुस्तके विविध भाषांमध्ये प्रकाशित झालीत. त्यात समाजशास्त्रातील वेगवेगळ्या संकल्पना विस्तारपूर्वक मांडल्या गेल्या. लोकांमध्ये ही पुस्तके मान्यताप्राप्तही झालीत.

समाजशास्त्र आणि इतर सर्व मानसशास्त्रीय विषय यांत महत्त्वाचा फरक असा आहे की, समाज नेहमी बदलणारा आहे. समाजात विविध सुधारणा होतात, वैज्ञानिक शोध लागतात, लोकांच्या गरजा बदलतात, त्या पूर्ण करण्याच्या पद्धती बदलतात, त्यांतून जीवन कसे जगावे या विषयीचे काही नवीन आयाम तयार होतात. काही गोष्टी चिरंतन कायम असतात, तर काही गोष्टी बदलतात. उदा. विवाह, कुटुंब, धर्म, नातेसंबंध या गोष्टी चिरंतन कायम आहेत, तर जगण्याच्या कल्पना मात्र काळाप्रमाणे बदलणाऱ्या आहेत. या कायम असणाऱ्या आणि बदलणाऱ्या दोन्हीही घटकांचे अध्ययन समाजशास्त्रात करणे महत्त्वाचे आहे आणि म्हणून समाजशास्त्रात संशोधनकार्याला प्रचंड पमाणात वाव निर्माण झालेला आहे. तरीही बऱ्याचदा हे विचारले जाते की, समाजशास्त्र म्हणजे तरी काय?

या प्रश्नाचा शोध अनेक विचारवंत अनेक वर्षे घेताहेत. तरीही त्याचे उत्तर सापडत नाही. प्रत्येक अभ्यासक त्याच्या परीने या प्रश्नाचे उत्तर देऊन मोकळा होतो व स्वतःपुरती सुटका करून घेतो.

आम्ही सहजपणे सांगत असतो की, समाजशास्त्राचा अभ्यास म्हणजे –

१) मानवी संबंधांचा अभ्यास करणे.

२) मानवी समाजातील समस्यांचा अभ्यास करणे.

३) मानवी समाजातील संस्थांचा अभ्यास करणे.

४) अर्भकापासून ते सामाजिक प्राणी बनेपर्यंतच्या मानवाच्या विविध अवस्था तपासणे.

५) वेगवेगळ्या क्षेत्रांत होणारी परिवर्तने व त्यांचा मानवी जीवनावर होणारा प्रभाव यांचा अभ्यास करणे.

६) समाजावर नियंत्रण ठेवणारी माध्यमे, त्यांची उपयुक्तता यांची पाहणी करणे.

७) वेगवेगळ्या प्रकारचे समाज ग्रामीण, शहरी, आदिवासी यांच्या जीवन जगण्याच्या पद्धतींचा अभ्यास करणे.

८) विविध समाजांतील मानवी सामाजिक जीवन तपासणे व त्यांचा तौलनिक अभ्यास करणे.

९) लोकसंख्या, वैद्यकीय, गुन्हा, स्त्रीविषयक समस्या, साहित्य या वेगवेगळ्या पैलूंचा समाजशास्त्राशी असलेला संबंध पाहणे.

या वेगवेगळ्या मुद्द्यांच्या आधारे आम्ही उत्तरे देतो की, समाजशास्त्र म्हणजे नेमके काय? मुळातच या विषयाची व्याप्तीच एवढी आहे की, ज्याला जे उत्तर सापडले, ते तो देऊन मोकळा होतो व कोणतेही उत्तर चुकीचे मानता येत नाही.

समाजात इतर विषयांच्या अभ्यासविषयाच्या अनुषंगाने वेगाने परिवर्तन होते. व्यक्तीला समाजात राहावयाचे असल्यामुळे व्यक्ती या परिवर्तनाशी जुळवून घेते. सर्वप्रथम व्यक्तीला सामाजिक नियम समजावून घ्यावे लागतात व त्याआधारे समाजातील इतर लोकांशी संबंध ठेवावे लागतात. व्यक्तीने व्यक्तीशी ठेवलेल्या संबंधांचा अभ्यास समाजशास्त्रामध्ये केला जातो. शिवाय एखादी समस्या का निर्माण झाली? निर्माण झालेल्या समस्यांवर उपाययोजना कोणती? यासाठीही समाजशास्त्रीय अभ्यासाशिवाय दुसरा पर्याय नाही.

समाजशास्त्राच्या अभ्यासाचे महत्त्व समजावून सांगताना आम्ही नेहमी वर्गात सांगतो की, विविध प्रकारच्या सामाजिक समस्या जाणून घेणे, सामाजिक सुधारणा घडवून आणणे, समाजाच्या उद्दिष्टांचे ज्ञान प्राप्त करणे, लोकांच्या परस्परांत असलेल्या पूर्वग्रहांत बदल घडवून आणणे, अंधवादाचे निर्मूलन करणे यासाठी समाजशास्त्राच्या मूलभूत अभ्यासाशिवाय पर्याय नाही.

हे सगळं आतापर्यंत लिहिलेलं पुस्तकी ज्ञान आहे, हे मला मान्य केलं पाहिजे. एखादा विषय लोकांपर्यंत नेण्यासाठी त्या विषयातील पुस्तकी संकल्पना सांगाव्या लागतात, हेदेखील मला मान्य आहे. पण माझ्या मते मी ज्या समाजात राहतो, त्या

समाजाची मी ओळख करून घेणे आवश्यक आहे. माझा देश कसा आहे? कोणत्या राज्यातील लोकांच्या कोणत्या प्रथा आहेत? त्या का निर्माण झाल्या? विविध परंपरांच्या मागे कोणती कारणे आहेत? विविध धर्माची मूळ सूत्रे कोणती आहेत? याचा मागोवा समाजशास्त्राच्या माध्यमातून घेणे मला महत्त्वाचे वाटते.

शिवाय जन्मभर मला ज्या मानवांच्या घोळक्यात राहावयाचे आहे, सगळ्या क्रिया-प्रक्रिया ज्या मानवांच्या सहवासात करावयाच्या आहेत, त्या मानवांची आणि माझी ओळख होणे, हे समाजशास्त्राच्या माध्यमातून शक्य होते, हे मी फार महत्त्वाचे मानतो.

संदर्भसूची

१) सुनील मायी, शिल्पा कुलकर्णी – गुन्हा आणि समाज – डायमंड पब्लिकेशन्स

२) भा.कि. खडसे – भारतीय समाज आणि समाजरचना – हिमालया प्रकाशन

३) नरेंद्र दाभोलकर – ऐसे कैसे झाले भोंदू – छाया प्रकाशन

४) सुनील मायी – महाराष्ट्रातील गरिबी – डायमंड पब्लिकेशन्स

५) Ram Ahuja - Social problems in India - Rawat Publications

६) S.C. Dube - Indian society - Allied Publications

७) R.N. Sharma - Indian social problems - Media Promoters & Publishers

८) Vidya Bhurhan - An introduction to Indian Sociology - Kitab Mahal Publications

९) डॉ.दा.धो. काचोळे – लोकसंख्याशास्त्र – कैलास प्रकाशन

१०) Dr. Shubhangi Gote - Female criminality & sociological theories - South Asian Publication

www.ingramcontent.com/pod-product-compliance
Lightning Source LLC
Chambersburg PA
CBHW070559180626
46817CB00005B/1918
9788184834741